കൽപ്രതിഷ്ഠം

Kalprathishta
Poems

Thirumala Sivankutty

CHINTHA PUBLISHERS
Thiruvananthapuram

First Edition
August 2022

Published & Typesetting
Chintha Publishers, Thiruvananthapuram

Printed at
Time Offset Printers, Thiruvananthapuram

Cover Design
Vinod Mangoes

ISBN : 978-93-94753-30-3

CO - 3176 / 6173

Email: chinthapublishers@gmail.com
Website: www.chinthapublishers.com

A version is available at National Libraries
Kolkata, Mumbai, Chennai and Delhi

Distribution
DESHABHIMANI BOOKHOUSE
H O Thiruvananthapuram 695035

Branch
Head Office Kunnukuzhi • Statue Thiruvananthapuram
KSRTC Bus Terminal Thampanoor • Saphalyam Complex Thiruvananthapuram
KSRTC Bus Station Alappuzha • KSRTC Bus Station Ernakulam
Machingal Lane Thrissur • IG Road Kozhikode
Mavoor Road Kozhikode • NGO Union Building Kannur
Central Bus Terminal Complex Thavakkara Kannur

കൽപ്രതിഷ്ഠ

തിരുമല ശിവൻകുട്ടി

ചിന്ത പബ്ലിഷേഴ്സ്
തിരുവനന്തപുരം-695 035

തിരുമല ശിവൻകുട്ടി

തിരുവനന്തപുരം താലൂക്കിൽ തിരുമല–വലിയവിള വിള യിൽ വീട്ടിൽ 1950 ൽ ജനനം. കെ ചെല്ലപ്പൻപിള്ള പിതാവും ബി സേതുക്കുട്ടി അമ്മ മാതാവുമാണ്. കവിത, ബാല സാഹിത്യം, നിരൂപണം, വിവർത്തനം, ഗാനരചന മുതലായ സാഹിത്യ വിഭാഗങ്ങളിൽ രചന നിർവ്വഹിക്കുന്നു. ഇരുപത് പുസ്തകങ്ങൾ പ്രസിദ്ധീകരിച്ചിട്ടുണ്ട്. ഗ്രന്ഥശാല പ്രസ്ഥാ നം, സാക്ഷരതാ പ്രസ്ഥാനം, പുരോഗമന കലാസാഹിത്യ സംഘം എന്നിവയുമായി ബന്ധപ്പെട്ടു പ്രവർത്തിക്കുന്നു. സംസ്ഥാന ആരോഗ്യവകുപ്പിൽനിന്നും ഹെൽത്ത് സൂപ്പർ വൈസറായി പെൻഷൻ പറ്റി. ഇപ്പോൾ പ്രൊഫ. എൻ കൃഷ്ണപിള്ള സ്മാരക ഗ്രന്ഥശാലയിൽ ലൈബ്രേറിയ നായി ജോലിനോക്കുന്നു. സാഹിത്യകൈരളി, ശ്രീനാരാ യണ സാഹിത്യ പരിഷത്ത്, സിന്ദൂരം ചാരിറ്റബിൾ ട്രസ്റ്റ് നവഭാവന ചാരിറ്റബിൾ ട്രസ്റ്റ്, പൂജപ്പുര സോമൻ നായർ സ്മാരക സമിതി, ജില്ലാ ലൈബ്രറി കൗൺസിൽ തുടങ്ങിയ സ്ഥാപനങ്ങൾ നല്കുന്ന പുരസ്കാരങ്ങൾ കവിതയ്ക്കും ലേഖനത്തിനും ലഭിച്ചിട്ടുണ്ട്

ഭാര്യ : ശ്രീമതി ബി ഗിരിജാദേവി
മക്കൾ : എസ് ശിവപ്രസാദ്, ജി ശിവപ്രിയ
ചെറുമക്കൾ : ശ്രീപ്രസാദ്, ദേവനന്ദൻ

വിലാസം : ശിവശൈലം, കിഴക്കേ പട്ടം
തിരുവനന്തപുരം – 4
മൊബൈൽ : 8547043010

ഉള്ളടക്കം

അവതാരിക

ഡോ. എസ് രാജശേഖരൻ

നിർമ്മിക്കപ്പെടുന്ന പ്രതിഷ്ഠകൾ നിലനില്ക്കുകയോ തുടരുകയോ ആധിപത്യം സ്ഥാപിക്കുകയോ ഒക്കെ ചെയ്താലും, ആ പ്രതിഷ്ഠകൾക്ക് മീതെ കുതിച്ചൊഴുകി മുന്നോട്ടുപോകുന്നതാണ് കാലം. ആ കാലത്തിന് വിധേയനായും പുതിയ കാലത്തെ സൃഷ്ടിച്ചും അതിലൂടെ ഒഴുകിയും നീങ്ങുന്ന മനുഷ്യൻ, പുതിയ ഒഴുക്കുകൾ സൃഷ്ടിച്ചുകൊണ്ട് മറ്റൊരു കൽപ്രതിഷ്ഠയായി അവിടെ നിലകൊള്ളുകയും ചെയ്യുന്നുണ്ട്. അതിനെ ഓർമ്മിപ്പിക്കുംവിധം അതിനോടൊപ്പം സഞ്ചരിക്കുന്നു തിരുമല ശിവൻകുട്ടിയുടെ ഈ *കൽപ്രതിഷ്ഠ.* കാലം എന്ന മഹാപ്രവാഹത്തോടൊപ്പം സഞ്ചരിച്ചും എന്നാൽ അതിലലിയാതെ നിലകൊണ്ടും പോരുന്ന ജീവിതമെന്ന കൽപ്രതിഷ്ഠയുടെ വിവിധ മുഖങ്ങളിലെ ഭാവങ്ങളുടെ മിന്നലാട്ടങ്ങളാണ് ഇവിടെ. അവയുടെ വിവിധസ്ഥാനങ്ങളിൽനിന്ന് വിക്ഷേപിക്കുന്ന ആലക്തികതകൾകൊണ്ട് സമ്പന്നമാണ് ഈ സമാഹാരത്തിലെ കവിതകൾ.

നവോത്ഥാന-നവോത്ഥാനാനന്തര കേരളത്തിന്റെ ജീവിതസന്ധികളാണ് ഈ കൽപ്രതിഷ്ഠയിൽ കവിതകളായി വിരിയുന്നത്. അതുകൊണ്ടുതന്നെ കല്ലിനും പ്രതിഷ്ഠയ്ക്കും ഇവിടെ സവിശേഷാർത്ഥ കല്പനകളും സവിശേഷ സ്ഥാനങ്ങളുമുണ്ട്. നെയ്യാറിൽനിന്ന് മുങ്ങിയെടുത്ത, ആറ്റൊഴുക്കിൽ രൂപംകൊണ്ട ഒരു ഉരുളൻകല്ല് അവിടെ പ്രതിഷ്ഠയാക്കി മാറ്റിയതാണല്ലോ നമ്മുടെ നവോത്ഥാന മുന്നേറ്റങ്ങളിലെ ഏറ്റവും പ്രധാനപ്പെട്ട ഒരു ദശാസന്ധി. മനുഷ്യന്റെ ഇച്ഛാശക്തി വെറുമൊരു കല്ലിനെപ്പോലും ദേവതയായി മാറ്റുമെന്ന ഭാരതീയ വിശ്വാസത്തിന്റെ സാധൂകരണവും അതോടൊപ്പം അതിന്റെ പൊളിച്ചെഴുത്തും കൂടിയായിരുന്നു കേരളത്തിന്റെ ശില്പികളിൽ പ്രമുഖനായ നാരായണഗുരു

അതിലൂടെ നിർവ്വഹിച്ചത്. ഇവിടെ, മിഴികളിൽ കത്തും കെടാവിളക്കായ അകപ്പൊരുളിനെ അറിയുന്ന വഴി അതുതന്നെയാണെന്ന് കവിക്കുറപ്പുണ്ട്. 'ഒഴുകുന്ന പുഴക്കരയിലെ മണൽത്തൊളി മാറി നന്നായ് തെളിഞ്ഞുകാണുന്നു.' കാഴ്ചയും കാണലും, കർമ്മവും ക്രിയയും ഏകീകരിക്കുക എന്നതും ഇവിടെ പ്രധാനമാണ്. കാണലിന്റെ വഴി തന്റെ ആത്മവത്തയുടെ ഭാഷയും രൂപവുംകൂടി ഉൾക്കൊള്ളുന്നതായിരിക്കണമെന്നും കവിക്ക് നിഷ്കർഷയുണ്ട്. തിരുവനന്തപുരം ഭാഷയിലെ ഒരു ഗ്രാമ്യപ്രയോഗമായ 'തൊളി' എന്നപദത്തിന് കവിതയിൽ നിസ്സങ്കോചം കടന്നെത്താനായത് അങ്ങനെയാണ്.

തൊളി മാറിയുണരുന്ന കാഴ്ചത്തെളിമ ശിവൻകുട്ടിയുടെ കവിതയിൽ പൊതുവായൊരു മുഖമുദ്രയാണെന്നും പറയേണ്ടതുണ്ട്. 'എടുത്തു വച്ചൊരു ഉരുളൻ കല്ലിന്റെ പ്രതിഷ്ഠ കാലത്തിൻ കലാപമാകുന്നു' എന്ന് തിരിച്ചറിവിലൂടെ അതിവിടെ നേരിട്ടുകടന്നെത്തുന്നതായും കാണാം. പ്രതിഷ്ഠാരീതിയിലും ആരാധനാരീതിയിലും വന്നമാറ്റം സമൂഹാവബോധത്തിലെയും ചിന്താരീതിയിലെയും മാറ്റമായി, കാലനവീകരണമായി മാറിയ അനുഭവമാണ് കേരളത്തിന് തുടർന്നുണ്ടായത്. അങ്ങനെ, 'മനുഷ്യനന്മയെ സ്വയമറിയുക, മദിച്ചുപാടുക മഹത്വഗാഥകൾ' എന്ന പുതിയൊരു കണ്ടെത്തലിലേക്ക് എത്തിച്ചേർന്ന സമൂഹത്തിന്റെ ശബ്ദമാണ് ഈ സമാഹാരത്തിലെ കവിതകളിലുയരുന്നത്. ആ ശബ്ദം അവിടെ നിന്നും കടന്ന്, പടിക്കൽ നില്ക്കുന്ന പുതിയഗായകൻ, 'വിജയഗാഥകൾ പാടി വിദൂരമാം ഗ്രഹപ്പടിവാതിൽ തുറന്നിടും നാളെ' എന്ന് അനന്തമായ ആ വിജയത്തിന്റെ പടവുകൾ തുറന്നുപോകുന്നതായും കവി കാണുന്നുണ്ട്. മനുഷ്യന്റെ നിലനില്പും മുന്നേറ്റവും ഭൂമിയെന്ന ഒരു ഗ്രഹത്തിൽ മാത്രമായി ഒതുങ്ങുന്നതല്ലല്ലോ.

എന്നാൽ, നന്മ പൂക്കുന്ന കാലവും ദേശവും വളരെയകലെയാണെന്ന് അനുഭവങ്ങളിലൂടെ കവിക്ക് കാണേണ്ടിവരുന്നതും പറയേണ്ടിവരുന്നതും കൂടി ഇവിടെ ചേർത്തു വായിക്കാൻ നാം നിർബദ്ധരായിത്തീരുന്നു. കാലത്തിന് മറക്കാനാവാത്ത കറുത്ത സത്യങ്ങൾകൊണ്ട് മനസ്സിൽ കടൽ തിളയ്ക്കുകയാണ്. അത് അയാളിൽ അസഹ്യമായ വ്യാമർദ്ദങ്ങളുയർത്തുന്നു. അങ്ങനെയുണ്ടായ വ്യാമർദ്ദത്തിൽനിന്ന്, അമർഷത്തിന്റെ വിസ്ഫോടനങ്ങളായാണ് അത് ബഹിർഗമിക്കുക. അതുകൊണ്ട്,

'ചേരിയിൽനിന്നും എരിയും പന്തത്താൽ
മേടകൾ കത്തിക്കരിഞ്ഞിടും നാളെ'

എന്ന ഉദ്ഗാരത്തിന് വെറുമൊരാക്രോശമെന്നോ ശാപ

വാക്കെന്നോ ഉള്ളതിലും കവിഞ്ഞ ഒരു പ്രവചന സ്വഭാവംതന്നെ കൈവരുന്നുമുണ്ട്.

തിരുമല ശിവൻകുട്ടിയുടെ കവിതയ്ക്ക് സ്വന്തം ആത്മ വത്തയും അത് വിരിയിച്ചെടുത്ത ഗ്രാമപരിധിയുമായുള്ള ബന്ധ ത്തെക്കുറിച്ച് സൂചിപ്പിച്ചു. എന്നാൽ അങ്ങനെയൊരു പരിധിക്കു ള്ളിലായി ഒതുങ്ങുന്നതല്ല ആ കവിതകൾ എന്ന വസ്തുത രചനകളുടെ അവലോകനത്തിൽ ഏറെ പ്രാധാന്യമർഹിക്കുന്നു. അകംലോകങ്ങളുടെ എന്നതിനേക്കാളേറെയായി പുറംലോക ങ്ങളാണ് ഈ കവിതകളുടെ ബലമായ ചാലകശക്തിയെന്നു പറയാം.

'തുയിലുകൾ പാടിയുണർത്തുവാനത്രേ
ഉടുക്കുംകൊട്ടി ഞാൻ പടിപ്പുര വാതില്പ
ടിക്കൽ നില്ക്കുന്നു പുതിയഗായകൻ'

എന്ന ആത്മപ്രഖ്യാപനം തന്നെ, കവിക്ക് തന്നേക്കാളും തന്റെ അസ്തിത്വത്തെക്കാളും പ്രധാനം ലോകമാണെന്ന വെളിപ്പെടുത്തലാണ്. അവിടെ കടലുകളുടെ അലർച്ചപോലും കരുത്തിന്റെ കവിതകളുടെ ഉച്ചത്തിലുള്ള ചൊല്ലലായിത്തീരു ന്നതും അങ്ങനെതന്നെ (കൊടികളുയർത്തുക).

പുതിയൊരു ലോകവും അത് രൂപപ്പെടുത്തുന്നതിന് വേണ്ടിയുള്ള സമരവും ഈ കവിതകളുടെ മുഖ്യ സന്ദേശമെന്ന പോലെ ആത്മരൂപവുമാണ്.

'കോഴികളെപ്പോലിനി കൊത്തിച്ചാകാൻ
ഏഴകൾ ഞങ്ങളെ കിട്ടില്ല'

എന്നത് മുന്നേ സൂചിപ്പിച്ച ആത്മബോധത്തിന്റെ സാമൂഹിക വിജൃംഭണമാകുന്നത് ആത്മവത്തയും സാമൂഹികതയും തമ്മി ലുള്ള വേർപിരിയാനാവാത്ത നാഭീനാളബന്ധത്തിന്റെ സൂക്ഷ്മത ലങ്ങളാണ് ഉണർത്തുന്നത്. ഗാസയിലെ കരച്ചിലായും കത്തുന്ന ലബനോണായുമൊക്കെ നമ്മുടെ മുന്നിലെത്തുന്നത് മറ്റൊന്നു മല്ലെന്നും കാണണം. കല്ലേൻ പൊക്കുടനും വി ടി യും നെൽസൺ മണ്ടേലയും അയ്യങ്കാളിയും പി ജിയും തോപ്പിൽഭാസിയുമൊക്കെ കാവ്യേതിവൃത്തങ്ങളായെത്തുന്നതും ഇപ്പറഞ്ഞ പാരസ്പര്യ ത്തിലൂടെ തന്നെ. താനെന്ന ചെറുലോകം മറ്റുള്ളവരുമടങ്ങുന്ന വിപുലലോകമായി വികസിക്കുകയും, അതിനെ നവീകരിച്ചു പുലർത്തുന്നതിനായി ജീവിതം അർപ്പിച്ചവർ തന്നിൽനിന്നും തന്റെ നിലപാടുകളിൽനിന്നും വിഭിന്നരല്ലാതായിമാറുകയും ചെയ്യുന്ന സവിശേഷമായൊരു അദ്വൈതബോധം ഈ കവിതകളെയെല്ലാം പരസ്പരം ബന്ധിപ്പിക്കുന്നു.

കുന്തിയും വരരുചിയുടെ പത്നിയും ഉത്തരയും മേനകയും അഹല്യയുമൊക്കെ ഇന്ന് അമ്മത്തൊട്ടിൽ തേടിയെത്തുന്ന

സ്ത്രീകളുടെ മുൻഗാമികളായ ഒരു തുടരണിയും നാം കാണുന്നു. കാലവും ദേശവും എല്ലാംകടന്നു നിലകൊള്ളുന്ന ചില വിലോമ മാനുഷ പ്രകൃതികൾ എല്ലാറ്റിനെയും തഴുകി നില്ക്കുകയാണ്. അത് കവിയെ ഏറെ അസ്വസ്ഥനാക്കുന്നുണ്ട്. ആ അസ്വാസ്ഥ്യങ്ങളിൽ നിന്നാണ് സമാഹാരത്തിലെ ഒട്ടുമിക്ക കവിതകളുടെയും പിറവിയെന്ന് പറയാം. അങ്ങനെ, 'ഇതാസുരകാലം ഇരുകാലികൾ മേയുംതൊഴുത്തീ ലോകം നേരുകാക്കും തുറുകണ്ണിൻ തൂവെളിച്ചം കെടുംകാലം (ദുർഗ്ഗ) എന്ന പരിദേവനം അവിടെ മുഖസ്വരമായി മാറുകയും ചെയ്യുന്നു. അതുകൊണ്ട്, 'ക്ഷീരമുള്ളോരകിടല്ല വേണ്ടത് നിനക്കെൻ ചോരയിറ്റിടും പ്രാണനാണല്ലോ പ്രിയം' (അറവുമാട്) എന്ന് തിരിഞ്ഞുനിന്നു ചോദിക്കേണ്ടതായും വരുന്നു.

എന്നാൽ വ്യക്തിയെയായാലും സമൂഹത്തെയായാലും കാർന്നു തിന്നാനടുക്കുന്ന പ്രതിലോമപരതകൾക്ക് കീഴടങ്ങാനോ അല്ലെങ്കിൽ അവയോട് പൊരുത്തപ്പെടാനോ കവി തയ്യാറല്ല. മറിച്ച് അവയെ എതിർക്കുകയും അവയ്ക്കെതിരെ പോരാടുകയും ചെയ്യുകയെന്നതാണ് മുന്നിലുള്ള യഥാർത്ഥ ജീവിതവഴി എന്നറിയുന്നു. അതിന് കവിതയും കലയും വഴിയൊരുക്കണമെന്ന നിലപാടുമുണ്ട് കവിക്ക്. 'കരളിലെ ത്തീയായ് ജ്വലിക്കുന്നു കലയുടെ കൈത്തിരിനാളം' എന്ന കണ്ടെത്തൽ അങ്ങനെയാണ് ഉണരുന്നത്. മനസ്സിലുയർന്ന ആ ബോധം ഒരു ആഹ്വാനമായി പരിണാമമേല്ക്കുമ്പോൾ, അത് മറ്റുള്ളവരെ മാത്രമല്ല സ്വന്തം ജീവിതത്തെയും മകനെത്തന്നെയും ബോധവല്ക്കരിക്കാനുള്ളതായി മാറി, 'സമരം ചെയ്യാൻ മകനേ നീയും സ്വയം പഠിക്കേണ്ടി' മെന്ന് രൂഢമൂലമായ പല പ്രതിഷ്ഠകളെയും ഇളക്കിയെറിയുകയും അവയുടെ സ്ഥാനങ്ങളിൽ പുതുചിന്തകളുടെ പ്രതിഷ്ഠകളുയർത്തുകയും ചെയ്യുന്ന ഈ 'കൽപ്രതിഷ്ഠാ'കാരനിൽ നിന്ന് കൂടുതൽ ശക്തവും കുറ തീർന്നതുമായ പുതിയ നിർമ്മിതികൾ നമുക്കിനിയും പ്രതീക്ഷിക്കാം.

കൽപ്രതിഷ്ഠം

അറിയുക നിന്നെ
അകംപൊരുളിനെ
മിഴികളിൽ കത്തും
കെടാ വിളക്കിനെ
അനുഷ്ഠാനങ്ങളി-
ലഭിരമിക്കാതെ
നിനക്കു മുന്നിലാ-
യെടുത്തുകാട്ടുന്നു.
മുറിക്കണ്ണാടിയാം
മനക്കണ്ണാടിയെ
കളങ്കമില്ലാതെ
തെളിഞ്ഞുകാണുക
ആശക്കുരങ്ങിനെ
നിലയ്ക്കു നിർത്തുക.
അകം നിറയുന്ന
അറിവുനേടുക
ഒഴുകുന്ന പുഴ-
ക്കരയിലെ മണൽ
ത്തൊളിമാറി നന്നായ്
തെളിഞ്ഞുകാണുന്നു.
പുഴവെള്ളം വീണ്
തെറിച്ചൊഴുകുന്ന
മിനുത്തപാറയിൽ

തിരുമല ശിവൻകുട്ടി

ഇരുന്നേപോകുക.
ഉരുളൻ കല്ലുക-
ളടിഞ്ഞുകൂടിയ
അരുവിപ്പുറത്തെ
ഗുഹയും കാണുക.
ഇവിടെ നിർമ്മലം
മതഭേദമില്ലാ-
മനങ്ങൾ ശാശ്വതം
ഉയിർത്തിടും സത്യം.
എടുത്തുവച്ചൊരു
ഉരുളൻ കല്ലിന്റെ
പ്രതിഷ്ഠം; കാലത്തിൻ
കലാപമാകുന്നു.
ഇവിടെ ദൈവത്തിൻ
നിയത സങ്കല്പം
വിചിത്രം, വിസ്മയം
ചരിത്ര സ്മാരകം
തലകൾ നാലെണ്ണം
കൈകളെട്ടെണ്ണവും
വികല ജന്മത്തിൻ
സൃഷ്ടികൾ വൈകൃതം
ഉടച്ചുവാർക്കുക
പുതിയ വിഗ്രഹം
തുടിച്ചു പാടുക
പുതിയ സ്തോത്രങ്ങൾ
മനുഷ്യനന്മയെ
സ്വയമറിയുക
മദിച്ചുപാടുക
മഹത്ത്വ ഗാഥകൾ.

എരിയുന്ന പന്തങ്ങൾ

പകയുടെ പന്തമെരിയും ചേരിയിൽ
പൊരിയും വിശപ്പിന്റെ അഗ്നിജ്വാലയിൽ
തൊഴിലില്ലാത്തോർതൻ പടഹം കേൾക്കവേ,
കലികൊൾവതെന്തേ അധീശ ശക്തികൾ
വഴിനടക്കുവാൻ വിലക്കിയോർ, നാട്ടിൽ
വിദ്യയേകീടാനായ് തടസ്സം നിന്നവർ
വിതയേറ്റും വയലിലെ വിളവെല്ലാം
കൊയ്തെടുത്തവർ നിറച്ചൂ പത്തായം
തലചായ്ക്കാനിടം നല്കാത്തോർ, പിന്നെയോ
ശവമടക്കിനു മണ്ണ് നല്കാത്തവർ.
മാടമ്പികൾ വന്നു ചെറ്റമാടങ്ങളിൽ
കറുത്ത പെണ്ണിൻ മെയ്ച്ചൂടേറ്റനാളുകൾ
മറക്കുമോകാലം കറുത്ത സത്യങ്ങൾ
മനസ്സിലിപ്പൊഴും തിളയ്ക്കുന്ന കടൽ.
ചിറയുറയ്ക്കുവാൻ ബലിയെത്ര നല്കി
ചെളിയിൽ താഴ്ത്തിയ ബലിഷ്ഠ താരുണ്യം
അറുകൊലകണ്ടം, അലറുന്നു ഗതി–
കിട്ടാ പ്രേതംപോലെ അലയുന്നുണ്ടെങ്ങും
ചാട്ടവാറടിയേറ്റു പുളയുന്നു ദേഹം
കൊറ്റുചോദിച്ച നാവ് മുറിച്ചതിക്രൂരം
അടിയോനെന്നെന്നും അടിമയായിത്തന്നെ
പിറന്ന മണ്ണിലായ് പിടഞ്ഞുവീഴണോ
വിയർപ്പുമുത്തേകി വിളയിച്ച ധാന്യം

തിരുമല ശിവൻകുട്ടി

വിയർപ്പൊഴുക്കാതെ തിന്നും പ്രമാണിമാർ
കാലത്തിൻ ചുവരെഴുത്ത് കാണാതിന്നും
ഭരണകൂടത്തിൻ തണലിൽ വാഴുന്നോ
ചവിട്ടിത്താഴ്ത്തിയ നേന്ത്രവാഴത്തൈകൾ
തഴച്ചേറെ വളരുന്ന കാഴ്ച കാൺക.
മാനവ സ്നേഹത്തിൻ മഹത്ത്വഗാഥകൾ
മണ്ണിലായ് പാടി നടപ്പവർ പോലുമേ
വർണ്ണചിന്തകൾ വർഗ്ഗഭേദങ്ങൾ തൻ
വലയിൽ വീണിട്ടു കുരുങ്ങിനില്ക്കയോ
ചേരിയിൽ നിന്നും എരിയും പന്തത്താൽ
മേടകൾ കത്തിക്കരിഞ്ഞീടും നാളെ
പകയുടെ പന്തമെരിയും ചേരിയിൽ
പൊരിയും വിശപ്പിന്റെ അഗ്നിജ്വാലയിൽ.

തുയിലുണർത്തു പാട്ട്

ഉറക്കുപാട്ടുകൾ കേട്ടുറങ്ങാനല്ല
തുയിലുകൾ പാടിയുണർത്തുവാനത്രേ
ഉടുക്കുംകൊട്ടി ഞാൻ പടിപ്പുരവാതിൽ
പടിക്കൽ നില്ക്കുന്നു പുതിയ ഗായകൻ
മനുഷ്യവർഗ്ഗത്തിൻ മഹത്ചരിതങ്ങൾ
പടുത്തുയർത്തിയ പണിപ്പുരകളിൽ
വിയർപ്പുചിന്തിയും വിതച്ച വിത്തുകൾ
വിളഞ്ഞ പാടങ്ങൾ വിളകൊയ്യും കൈകൾ
ഒഴുകിയെത്തുന്ന പുഴയുടെ ദാഹം
പ്രണയ സാഗരത്തിരകളെ പുല്കാൻ
വളർന്നു പൊങ്ങുന്ന മരത്തിനും മോഹം
നിറയെ പൂത്തൊരു തെളിമാനത്തെത്താൻ
ഖനികളിൽ രത്ന ഖനനം ചെയ്യുന്ന
കഠിന വജ്രത്തിൻ കരുത്തുകാട്ടുവോർ
ഉരുക്കുശാലയിൽ ഉരുകും ജീവിതം
പണിയുവാൻ വെമ്പും പുതുപ്പുലരികൾ
ഉരുക്കുകോട്ടകളുദയം കൊള്ളട്ടേ
വിരുദ്ധ ശക്തിയെ ചെറുത്തുനില്ക്കുവാൻ
മനുഷ്യശക്തിയാൽ മണ്ണിൽത്തീർക്കാം വിണ്ണും
ചരിത്ര ഗാഥകൾ രചിച്ചു പാടീടാം
പുതിയ ജീവന്റെ തുടിപ്പുകൾ കോലം
ഘടക നിർമ്മിതം ശാസ്ത്രത്തുടിപ്പുകൾ
വിജയഗാഥകൾ പാടി വിദൂരമാം

തിരുമല ശിവൻകുട്ടി

ഗ്രഹപ്പടി വാതിൽ തുറന്നിടും നാളെ
ഇരുട്ടുമൂടിയ വഴികളിൽ തൂക്കാൻ
വെളിച്ചമേന്തുന്ന മനുഷ്യശക്തികൾ
ഒരിക്കൽക്കൂടി ഞാനുറക്കെ പാടട്ടേ
പ്രിയരേ കേട്ടാലും ചരിഗ്രാഥകൾ
കൊടിയുയർത്തുക പുതുയുഗത്തിന്റെ
പടിമേൽ നിന്നുച്ചം വിളിമുഴക്കുക.

കൊടികളുയർത്തുക

കടലുകളലറുകയാണു കരുത്തിൻ
കവിതകളുച്ചം ചൊല്ലി
ഉയരുകയല്ലോ ധീരം ഉരുക്കുമുഷ്ടികൾ
ദുർഭരണത്തിനെതിരെ
കയർക്കുരുക്കുകൾ കണ്ടിട്ടാരും
മനക്കരുത്ത് കുറയ്ക്കില്ല.
മർദ്ദിത വർഗ്ഗ വിമോചനത്തിൻ
സമരചരിത്രം പാടി.
നയിച്ച സമരം കണ്ടു വളർന്നവർ
വാല്മീകത്തിലൊളിക്കുകയോ
തോറ്റ ചരിത്രം കേട്ടിട്ടാരും
കോട്ടകൾ കെട്ടിയൊതുങ്ങരുതേ.
നെറികേടുകൾ നിത്യം കാണുമ്പോൾ നാം
കണ്ണിറുക്കിയടയ്ക്കരുതേ,
ജീവിതമെന്നാൽ പോരാട്ടത്തിൻ
വീഥികൾ താണ്ടി വരേണ്ടോർ
രക്തസാക്ഷികൾ ചരിത്ര സത്യം
നമ്മുടെ മുന്നിലുയർത്തുമ്പോൾ
പുകയാതെങ്ങനെയെരിഞ്ഞുകത്താൻ
ഇന്ധനമായിത്തീരേണ്ടോർ
വിശാലവാനം നമുക്ക് മുന്നിൽ
വിരിമാറു കാട്ടി നില്ക്കുമ്പോൾ
കൊടികളുയർത്തുക സമരപഥത്തിൽ
മുന്നേറുക നാം തളരാതെ.

തിരുമല ശിവൻകുട്ടി

ഒരുമയുണ്ടായാൽ

സപ്തനിറങ്ങളാൽ പീലികൾ നീർത്തുന്ന
സ്വപ്ന മയൂരത്തിനെന്തുഭംഗി
സപ്ത സ്വരങ്ങളാൽ തീർക്കുന്ന സംഗീത-
നിർഝരി കേൾക്കുമ്പോളെന്തു സൗഖ്യം
ദിശ തെറ്റിപ്പോകുന്ന പാന്ഥന്റെ മുമ്പിൽ
വഴികാട്ടും സൂചകം തീർക്കും സൗഹൃദം.
കണ്ണാടി നോക്കാതെ ഞാനെന്റെ സൗന്ദര്യം
ചങ്ങാതിമാരാൽ തിരിച്ചറിയും
ഒറ്റയല്ലൊറ്റയല്ലാരുമീ ഭൂമിയിൽ
ഒറ്റയ്ക്കു ജീവിക്കാനാർക്കു സാദ്ധ്യം
സ്നേഹത്തിനർത്ഥം തിരഞ്ഞു നാം പോകേണ്ട
സ്നേഹിക്കയെന്നതേ ജീവതത്ത്വം.
സഹിഷ്ണുത നശിച്ച ഭൂമിതൻ വാഴ്ചയിൽ
സഹജീവിസ്നേഹം താൻ മുഖ്യകാര്യം
പകയാലേ പുകയുന്ന മനസ്സുകൾക്കുണ്ടോ
ക്ഷമയും സ്നേഹവും വാത്സല്യവും
പുലരിയിൽ പൂക്കുന്ന മലരുകൾ, നമ്മൾക്ക്
പകരുന്നു ഭംഗിയും നറുമണവും
അറിഞ്ഞുകൊണ്ടുറുമ്പിനും പീഡയേല്പിക്കാതെ
അവനിയിൽ വാഴുക, ജീവാന്ത്യത്തോളം
അന്യന്റെ ദുഃഖത്തിൽ പങ്കുചേർന്നീടുവാൻ
അന്തരാത്മാവിലിറ്റു കരുണവേണം
ഒരുമതൻ സന്ദേശം പാടിപ്പുകഴ്ത്തുക
അരുമസൗഹൃദങ്ങളെ, നിങ്ങൾ പാരിൽ

മണ്ണിനുവേണ്ടി

അവർ ഞങ്ങടെ ഗ്രാമത്തെ ചുട്ടുകരിച്ചു
അവർ ഞങ്ങടെ വീടുകൾ തീയിട്ടെരിച്ചു
അവർ ഞങ്ങടെ സ്വപ്നങ്ങളൂതിക്കെടുത്തി
അവർ ഞങ്ങടെ പാഠശാല തകർത്തു
നെൽവിളയും പാടങ്ങൾ മണ്ണിട്ടുമൂടി
പുകതുപ്പും ഫാക്ടറിക്ക് തറക്കല്ലുനാട്ടി
സ്നേഹപ്പുഴകളെ വറ്റിച്ചുണക്കി.
പുളിനങ്ങളിൽ സുന്ദരഹർമ്മ്യം പണിതു
പുല്ലാന്നിക്കാടുകൾ മേടുകൾ മാന്തി
പല്ലാങ്കുഴി തീർത്തു പണിതുടങ്ങി
ഞങ്ങടെ വേർപ്പുനീർ തൂകിയ മണ്ണിൽ
ഒന്നിച്ചുനിന്നു പൊരുതിയ കൈകളിൽ
ചങ്ങലയിട്ടവർ കയ്യാമം വച്ചു.
മെയ്യോടുമെയ്യ് ചേർന്ന് നിന്നോരു, നെഞ്ചിൽ
നിറതോക്ക് പായിച്ചു നിർവൃതികൊണ്ടു.
തകരില്ല, തളരില്ല ഞങ്ങളീമണ്ണിൽ
ഞങ്ങൾതൻ പൂർവ്വികർ വാണൊരു മണ്ണിൽ
പച്ചവിരിച്ചൊരു പാടവും തോപ്പും
ഇച്ഛയ്ക്കുഭംഗം വരുത്തില്ല നാളിൽ
ഞങ്ങടെ പ്രാണമരുത്താണീ ഭൂമി
ഞങ്ങടെ ജീവസരിത്താണ് ഭൂമി
ഞങ്ങടെ വേർപ്പും ഞങ്ങടെ രക്തവും
ഞങ്ങട വീര്യവും വിളയേറ്റിയ ഭൂമി.

തിരുമല ശിവൻകുട്ടി

പുതുയുഗ ഗായകർ

എനിക്കുമുമ്പേ പോയവരിവിടെ-
യിതിഹാസങ്ങൾ രചിച്ചവർ
കഥയും കവിതയും തീർത്തവരീമണ്ണിൽ
അമൃത കണങ്ങൾ തുളിച്ചോർ
അവരുടെ വഴിയേ, അറിയാതിങ്ങനെ
അനുധാവനം ചെയ്തു വരുന്നേൻ
കൈയിലിരിക്കുമുടുക്കിൽ കൊട്ടി-
പ്പാടി വരുന്നേൻ, കാലത്തിൻ
എഴുതാക്കഥകൾ കേട്ടുവരുന്നേൻ
പുതുകാലത്തിൻ പാണൻ ഞാനിവിടെ.

കണ്ണീരും പുഞ്ചിരിയും കളിചിരിയും
നാടകമാടും ലോകം കണ്ടുവരുന്നേൻ
സുഖവും ദുഃഖവും ഇടകലരും ജീവിത
നാടകവേദിയിലാടി വരുന്നേൻ
താളം കൊട്ടിവരുന്നേൻ, ഈണം
മൂളി വരുന്നേൻ, മുദ്രകൾ കാട്ടി-
ച്ചോടുകൾ വച്ചു നൃത്തം ചെയ്യുന്നേൻ
ഭൂമണ്ഡലമാകെ തട്ടകമാക്കുന്നേൻ

എനിക്കുമുമ്പേ പോയവരിവിടെ
പടുത്തുയർത്തിയ ചരിത്ര സ്മാരക-
സ്മൃതികളിലെൻ മനമാറാടുമ്പോൾ

അതിന്റെ ലഹരിയിലനുദിനമിങ്ങനെ
മുദ്രാവാക്യമേറ്റുവിളിക്കുമ്പോൾ
അറിയാതവരിലൊരാളാകും ഞാൻ
അനുപമസുന്ദര ലോകം മുന്നിൽ
സ്വപ്നം കാണും ഞാൻ, പുതിയൊരു
ലോകം പുതിയൊരുകാലം പുലരാൻ
സംഘം ചേരുന്നേൻ, താളം തെറ്റാതിന്നും
പാടുന്നേൻ, ആ പാട്ടിന്നമൃതം നുകരുന്നേൻ.

അലകളൊന്നായ് ചേർന്നീക്കടലിൽ
തിരമാലകളായാർക്കുമ്പോൾ
അതിരാവിലെയുണരും കിളികൾ
പുതിയൊരു ഭൂപാളം പാടുമ്പോൾ
കിഴക്കൻ മലയോരത്തായുദിച്ചുയരും
പുതിയ വിഭാതം കണ്ടുണരാൻ
എനിക്കുമുമ്പേ പോയവരേന്തിയ
കൊടിയും പേറിയണിചേരുന്നേൻ
പുതുകാലത്തിൻ പാണൻ ഞാനിവിടെ.

ചരിത്ര വഴികൾ

കഴിഞ്ഞതെല്ലാമൊരു കഥയായ് മൊഴിയാം
കാലത്തെ കവിതയായ് വാഴ്ത്തിപ്പാടാം.
നാളേക്കുവേണ്ടി നീ പാടുന്നില്ലെന്നോതുമ്പോൾ
ഇന്നിന്റെ പാട്ടുകാരാ, നീ മൗനിയാകുന്നുവോ?
ഒരു കാറ്റാണത്രേ, കൊടുങ്കാറ്റായ് മാറുന്നതും
ഒരു തീപ്പൊരിയത്രേ തീക്കുണ്ഡമാകുന്നതും
ശബ്ദബിന്ദുവിൽ നിന്നത്രേ പ്രപഞ്ച സംഗീതം
പൊഴിയുന്നതും പ്രണവമന്ത്രമാകുന്നതും
നോവുന്ന മനസ്സിലെ കവിതയുള്ളൂ സ്വയം
വേവുന്ന നേരത്തേ ജീവിത സത്യമുള്ളൂ
പരദുഃഖം കാണുമ്പോൾ കരൾ നോവും
നരജന്മത്തിലെ സർഗ്ഗകാമനയുള്ളൂ.
തിരമാറുമെന്നോർത്ത് തോണിയിറക്കുവാൻ
തീരത്തുനില്ക്കുവതെന്തു മൗഢ്യം
വ്യഥ മാറുമെന്നോർത്തുകണ്ണുനീർവാർത്താൽ
വ്യർത്ഥമാകുമെന്നോർക്കുകീ ജന്മം
ഇടവെട്ടിപ്പെയ്യുന്ന ഇടവപ്പാതിയും
കുളിർമഞ്ഞുപെയ്യുന്ന മകരനിലാവും
ഇന്നലെകളുടെ ഇലകൊഴിയുന്ന ശിശിരവും
ഇളം പുൽനാമ്പുകൾ കരിയുന്ന വേനലും
ഋതുഭേദമറിയാതെ മണ്ണിൽ പണിചെയ്യും
തൊഴിലാളികളല്ലോ നവയുഗ ശില്പികൾ

കൺമുമ്പിലുയരും ഫാക്ടറിയും തൊഴിലിടങ്ങളും
വിണ്ണിൻ സദൃശ്യമാക്കുന്നു മണ്ണിലെ സ്വപ്നങ്ങൾ
എണ്ണിയാലൊടുങ്ങാത്ത നേട്ടങ്ങളൊക്കെയും
മണ്ണിലെ മനുഷ്യന്റെ അനർഘ സൃഷ്ടികൾ
ജയിക്കട്ടെ മർത്ത്യത വരുംകാല വഴികളിൽ
പണിതുയർത്തട്ടെ നവലോക സ്വപ്നങ്ങൾ.

തിരുമല ശിവൻകുട്ടി

ഖമ്മം ജില്ലയിലെ കർഷകർ

അധികാര വർഗ്ഗത്തിൻ തീതുപ്പും തോക്കുകൾ-
ക്കാകില്ലൊരിക്കലും ഞങ്ങളെ തോല്പിക്കാൻ
മണ്ണിനുവേണ്ടി നടത്തും സമരത്തെ
കണ്ണീരിലാഴ്ത്തി തകർത്തീടുവാൻ
ഇക്കാണും പാടങ്ങൾ വേർപ്പൊഴുക്കി പണിതവർ
മണ്ണിൽ തലചായ്ക്കാനിടമില്ലാതെ ഉഴറുവോർ
നെല്ലും ചോളവും എള്ളുവിളയിച്ച്
നാടിനെ സമ്പൽ സമൃദ്ധമാക്കീടുവാൻ
എല്ലുമുറിയെ പണിഞ്ഞവർ ഞങ്ങളീ
പൊല്ലാത്ത കാലാവസ്ഥയെ ഗണിക്കാത്തോർ
ഞങ്ങൾ തൂകും വിയർപ്പിൻ വിത്തുകൾ
പത്തരമാറ്റായ് കതിർക്കനം കൊള്ളുമ്പോൾ
കൊയ്ത്തുത്സവത്തിന്റെ താളമേളങ്ങളിൽ
നർത്തനം ചെയ്തിടും കർഷക മാനസം
"ഞങ്ങൾക്കു വേരാഴ്ത്താനിത്തിരി മണ്ണുതാ
ഞങ്ങൾക്ക് പൂവിടാനിത്തിരി വിണ്ണുതാ"
ഞങ്ങളീ മണ്ണിന്റെ പുന്നാരമക്കളായ്
കൊയ്ത്തും മെതിയുമായ് കഴിഞ്ഞിട്ടുനാളേറെയായ്
മെയ്യനങ്ങാതെ മൃഷ്ടാന്നമുണ്ണുവോർ
പട്ടിളം മെത്തയിൽ സുഖനിദ്ര കൊള്ളുവോർ
നാമ്പിടും മോഹത്തിൻ പട്ടട തീർക്കുവാൻ
സായുധശക്തിയെ കൂട്ടുപിടിക്കയോ?
ഇല്ല! തളരാതെ പോരാടും കർഷകർ
കൈവിലങ്ങല്ലാതെയൊന്നും ത്യജിക്കുവാൻ.

കല്ലേൻ പൊക്കുടൻ

കണ്ടൽക്കാടുകൾക്കുള്ളിൽ നിന്നൊരു
കല്ലേൻ പൊക്കുടനുണരുന്നു
കേട്ടിട്ടുണ്ടോ നിങ്ങളിതേവരെ
കണ്ടൽക്കാട് വളർത്തിയ സംസ്കൃതി.
കണ്ടിട്ടുണ്ടോ നിങ്ങളിതേവരെ
കണ്ടൽക്കാടിൻ കാണാവിസ്തൃതി.
കരയിൽ, കടൽകേറി നശിക്കാതെ
കരയെ കാക്കും കണ്ടൽ വനങ്ങൾ.
തീരക്കിണറുകൾക്കുപ്പുരസത്തിൻ
രുചിയില്ലാതെ കാക്കും കണ്ടൽ
നീർക്കിളി പാടും പാട്ടുകൾ കേൾക്കാം
നീർനായകളുടെ വാസം കാണാം
കണ്ടൽക്കാടുകൾ പെരുമഴവെള്ളം
തടയും, നമ്മളെയൊക്കെ രക്ഷിക്കും.
വൃക്ഷച്ചോട്ടിൽ നിന്നാണല്ലോ
ബോധം നേടീതവധൂതന്മാർ
വൃക്ഷങ്ങൾ നമ്മുടെ രക്ഷയ്ക്കായ് ചെയ്യും
നന്മകളോർക്കുക മർത്ത്യാ നീയും!
കണ്ടൽക്കാടുകൾ നമ്മുടെ നീർത്തടം
വറ്റാതെന്നും കാത്തുരക്ഷിക്കും
കാലാവസ്ഥ വ്യതിയാനത്തിൽ
മാപിനി തുലനം ചെയ്തീടും
കണ്ടൽക്കാടുകൾക്കുള്ളിൽ നിന്നൊരു
കല്ലേൻ പൊക്കുടനുണരുന്നു.
നീർമാതളവും ഒതളമരവും
നിറയെ പൂക്കൾ വിടർത്തുന്നു.

സാക്ഷര ശ്രേഷ്ഠൻ

അക്ഷരം പഠിക്കുവാൻ വൈകിയെന്നാകിലും
ഇക്ഷിതിയിലങ്ങത്രേ ശ്രേഷ്ഠനാം സാക്ഷരൻ
അക്ഷരയഗ്നിയാൽ നാൾക്കുനാളെക്കെത്ര
അക്ഷരദീപം കൊളുത്തിവച്ചു, പാരിൽ.
അയ്യപ്പൻ കോവിൽ വച്ചങ്ങയിലാദ്യമായ്
അക്ഷരദീപം കൊളുത്തിയ പെൺകൊടി
അജ്ഞതയും ജാതിചിന്തയും മാറ്റിനീ
വിജ്ഞാനക്കോവിലിൽ തീർത്തുശ്രീലകം.
അടുക്കളയിൽ നിന്നേറെ, അംഗനമാരെയ-
ന്നരങ്ങിലേക്കെത്തിക്കാൻ യത്നിച്ചോരങ്ങയെൻ
പ്രജ്ഞയിൽ തെളിയുന്നു, ത്യാഗത്തിൻ
വിപ്ലവ മന്ത്രധ്വനികൾ മുഴങ്ങുന്നു.
കണ്ണീരും കിനാവിലും അങ്ങതൻ ജീവിത-
ധന്യമാം നിമിഷങ്ങൾ ഞങ്ങളറിയുന്നു.
അക്ഷരപ്പൂക്കളാലർച്ചന ചെയ്യുവാൻ
സാക്ഷരകേരളമിന്നുമൊരുങ്ങുന്നു.

നെൽസൺ മണ്ടേല

കഴുകൻ കണ്ണുമായ് പറന്നുവന്നവർ
സ്വാസ്ഥ്യത്തിൻ മുട്ടകൊത്തിയുടച്ചപ്പോഴും
കറുത്തവർഗ്ഗത്തിൻ മേലധീശഭാവത്താൽ
അടയിരിക്കുവാനൊരുമ്പെട്ടപ്പൊഴും
പോരടിക്കുവാൻ പിറന്നുവീണു നീ സാമ്രാജ്യ-
നരിമടകളിൽ മുഴക്കി കാഹളം

അഴികൾക്കുള്ളിലായ് തളച്ചുവെങ്കിലും
അണികൾക്കുള്ളിൽ നീ ജ്വലിച്ചുവഹ്നിയായ്
വർണ്ണവെറിയുടെ ക്രൂരനഖമുനകളിൽ
ചോരവാർന്നേറെ നിലവിളികളും
വെളുത്തവർഗ്ഗത്തിൻ വേട്ടയാടലിൽ
വിറങ്ങലിച്ചൊരു കറുത്തവർഗ്ഗത്തെ
ഉയിർത്തെടുക്കുവാൻ പടനയിച്ചുനീ
കറുത്ത ഭൂഖണ്ഡത്തിൻ വിമോചകനായ്

കൽത്തുറുങ്കിലും കരുത്തുകൈവിടാതെ
കറുത്തമക്കൾക്കായ് പൊരുതിനിന്നവൻ
അഹിംസയിൽ ഗാന്ധിമാർഗ്ഗവും സമര-
വഴികളിൽ മാർക്സിസവും പിന്തുടർന്നവൻ
വിപ്ലവദ്ധ്വനിമുഴക്കിയും ചരിത്രവേദിയിൽ
സ്ഥിരം പ്രതിഷ്ഠയേകിയും
അർപ്പിച്ചിടട്ടൊരായിരം ശോണ
പുഷ്പങ്ങൾ യാത്രാമൊഴിയോടൊപ്പം.

അക്ഷരം സമരായുധം

കനലെരിയും കിരണങ്ങൾ ചുറ്റിലും തൂകി
കറുത്ത സൂര്യനുദിച്ചല്ലോ പൂർവ്വദിക്കിൽ
അധഃസ്ഥിതർതൻ മോചനത്തിൻ കാഹളമൂതി
അധികാരിവർഗ്ഗത്തോടെതിരിട്ടു മുന്നേറി

പൊതുനിരത്തിൽ വഴിനടക്കാൻ വിദ്യ നേടി
വിജ്ഞരാകാൻ, മനുഷ്യനായി മണ്ണിൽ വാഴാൻ
അക്ഷരം പഠിക്കാനായ് സ്ഥാപിച്ചുവിദ്യാലയം
സാധുജനപരിപാലന സംഘമുണ്ടാക്കി.

അധഃകൃതനു വിലക്കിപോലക്ഷരജ്ഞാനം
അവർക്കല്ലോ കണ്ണെത്താ നെൽവിളയും പാടങ്ങൾ
കളകൾക്കുതുല്യമാം ജീവിതമവർക്കേകാൻ
വിളവെടുക്കും ജന്മികൾ വിലക്കുകല്പിച്ചു.

അക്ഷരം പഠിക്കുവാൻ നല്കേണമനുവാദ-
മല്ലെങ്കിൽ വിളയില്ല നെന്മണി പാടങ്ങളിൽ
നട്ടെല്ലുനിവർത്തി നിന്നോതുന്നു അയ്യൻകാളി
ഞെട്ടിപ്പോയ് സമരാഹ്വാനം കേട്ട സർവ്വരും

വില്ലുകെട്ടിയ കാളവണ്ടിയിൽ ജൈത്രയാത്ര
കല്ലുകൾപോൽ നിന്നുപോയ് സവർണ്ണമേധാവികൾ
സഞ്ചാരസ്വാതന്ത്ര്യത്തിനായ് നടത്തിസധൈര്യം
ആറാലുംമൂട്ടിലൂടെ പിന്നെയും സമരങ്ങൾ

അക്ഷരം ദുർബ്ബലർക്കജയ്യ സമരായുധം
ക്ഷേത്രങ്ങൾക്കൊരിക്കലുമില്ലതിൻ മുന്നിൽസ്ഥാനം
കറുത്തമുത്തിൻ മൊഴികേട്ടു തരിച്ചുനിന്നു
ഗാന്ധിപോലും, നവോത്ഥാന നായകൻ മുന്നിൽ.

പി ജി

അറിവായി, നിറവായി
അത്യുജ്ജ്വല പ്രഭയായെ-
ന്നകതാരിൽ നിറയുന്നോ-
രറിവിൻ മുത്താണ് നീ.
ആംഗലേയത്തിലെ ദ്വയാ-
ക്ഷരമല്ലല്ലോ പി ജി, നീ
വിശ്വവിജ്ഞാനത്തിൻ, വ്യോമ-
പഥത്തിലെയഗ്നിതാരം.
മാർക്സിയൻ ചിന്തയാലേറെ
ക്കുറിച്ചുനീ ലോകർക്കേകി
അറിവിൻ ചിമിഴിലായി
വിളഞ്ഞോരു പൊന്നിൻ മുത്ത്.
പി ജി യും ലോകവുമെത്ര
വിജ്ഞാനപ്രദം, മാനവ
മോചനചിന്ത ജ്വലിക്കും
കാട്ടുകടന്നൽ മൊഴിമാറ്റം
ലോക വിജ്ഞാനത്തിൻ കല-
വറതുറക്കുവാൻ സ്വർണ്ണ-
ത്താക്കോലുമായവതാരം
ചെയ്ത മഹാശയൻ ഭവാൻ.
ഇസങ്ങൾക്കിപ്പുറം, ലോക-
വാതായനം തുറന്നിട്ട-
വിശ്വവിജ്ഞാന കോശത്തിൻ
വിളനിലമത്രേ പി ജി.

മീനമാസ സൂര്യൻ

എരിഞ്ഞടങ്ങിയോ മീനസൂര്യൻ
ഞങ്ങളെ ദുഃഖ തമസ്സിലാഴ്ത്തി
എരിഞ്ഞടങ്ങിയോ കർമ്മ സൂര്യൻ
ഞങ്ങളെ ചിന്താ ദരിദ്രരാക്കി
പഴയോരാചാരക്കെട്ടുകൾ കത്തിച്ചും
പഴമതൻ പൂണൂൽ പൊട്ടിച്ചെറിഞ്ഞും
മാനവമോചന മന്ത്രവുമായങ്ങു
മനവിട്ടിറങ്ങിയ നാൾതൊട്ടിതുവരെ
വിശ്രമില്ലാതെഴുതിയും
വിപ്ലവ പ്രസംഗം നടത്തിയും
തളരാതെ തകരാതെ ഞങ്ങളെ
ലക്ഷ്യത്തിലേക്ക് നയിച്ചുപോന്നു.
വേദനവിങ്ങും മനസ്സുമായി മേവുന്ന
മാനവജീവിതമങ്ങേക്ക് വേദാന്തം
നിസ്വവർഗ്ഗത്തിന്റെയുന്നതിക്കായ്
നിസ്വാർത്ഥ സേവനം ജീവലക്ഷ്യം
അങ്ങതൻ വാക്കുകൾ അഗ്നിസ്ഫുലിംഗങ്ങൾ
ചിന്തയിൽ പാറുന്ന തൈജസകീടങ്ങൾ
വിക്കുകൊണ്ടൊന്നും മുറിയാത്ത വാക്കുകൾ
വിസ്മയം ഞങ്ങൾക്ക് വിപ്ലവ നായകാ.
വിശ്വം നമിക്കും ധിഷണാ വൈഭവം
അങ്ങുതൻ ജീവിത പാതയിലൂടെന്നും
ഞങ്ങൾ തുടരുമീ ജീവൽസമരം.

ആദരവോടെ എം ടിക്ക്

കവിതകൾ പൂത്ത തൊടിയിലും, കഥ-
കേട്ടുറങ്ങിയ തറവാട്ടിൻ മുറ്റത്തും
ഒതുക്കുകല്ലുകൾ ചവിട്ടിയാരൊരാൾ
ഇറങ്ങിവന്നെത്തിയിവിടെ നില്ക്കുന്നു.
പറയാനുള്ളതോ പറഞ്ഞുതീർക്കുവാൻ
എഴുതാനേടുകളിനിയും ബാക്കിയായ്
ആർദ്രമാം നിൻ വരികളിൽ മൊഴികളിൽ
അടിമുടി പൂത്തെൻ മലയാണ്മ നില്ക്കേ,
അരയിൽ കച്ചയും മണിയും കെട്ടിയാ
തിരുനടയിൽ നില്ക്കും വെളിച്ചപ്പാടി-
ന്നുറഞ്ഞുതുള്ളലിൽ നിലച്ചുവോ, കുന്തി-
പ്പുഴയിലെ ജലം മറന്നുവോ ഗതി.
കണ്ണാന്തളിപൂക്കും കൂടല്ലൂരിൻ, താന്നി-
ക്കുന്നിൻ സ്മൃതികളിൽ - നാലുകെട്ടിന്റെ
തകർന്നപ്പൂമുഖ പടിയിൽ നിന്നൊരു
ബീഡി കത്തിച്ചു പുകയെടുക്കുന്നയാൾ
ചങ്ങലയൊച്ചയങ്ങകലെ കേൾക്കുന്നു
ചകിതമാനസൻ ഇരുളിൽ വാഴുന്നു.
നിറഞ്ഞൊഴുകിയ നിളയും വറ്റിപോൽ
കടവത്തെ തോണി കരയ്ക്കിരിക്കുന്നു.

പരന്നപാടങ്ങൾ നിറയെക്കൊറ്റികൾ
പറമ്പിൻ പിന്നിലെ പഴയ കാഴ്ചകൾ
താലപ്പൊലി പാലനിറയെ പൂക്കുമ്പോൾ
താന്നിക്കുന്നിൻ നെറുകയിൽ നില്പൂ എം ടി

തിരുമല ശിവൻകുട്ടി

തോപ്പിൽ ഭാസി

ഒളിവിലും നിന്നെക്കുറിച്ചുള്ളയോർമ്മകൾ
തെളിവാർന്നു നില്ക്കുകയല്ലോ
മലയാള നാടകകൃത്തേ, ഞാൻ നിന്നുടെ
മഹിമകൾ വാഴ്ത്തുകയല്ലോ
കളിയരങ്ങത്തുനിൻ താളത്തിനൊപ്പിച്ചു
ജനകീയ നാടകമാടി
അന്ധവിശ്വാസങ്ങൾ നീക്കുവാനായെത്ര
അശ്വമേധങ്ങൾ നടത്തി.
പുതിയ ആകാശവും പുതിയ ഭൂമിയും
പണിയുവാനാഹ്വാനമേകി.
കർഷകജീവിത സ്പന്ദനമോർത്തു നീ
വിപ്ലവജ്വാല പരത്തി
കർഷക മോചന പാതയൊരുക്കുവാൻ
സഹർഷം നീ ചെങ്കൊടിയേന്തി.
നിന്റെ വായ്ത്താരികളെന്നുമീ നാടിന്റെ
വിപ്ലവവീര്യമുണർത്തി.
നിന്നുടെ ചിന്തകളഗ്നിസ്ഫുലിംഗമായ്
എന്നുമീ മണ്ണിൽ തിളങ്ങും
ആയിരമായിരമാരാധകർക്കു നീ
യാത്മാവിൽ സത്യമായ് നില്ക്കും.

ഓരോ പുഴയ്ക്കും ചരിത്രമുണ്ട്

കുളിർകോരി തീരമാകെ തഴുകിക്കൊണ്ട്
കുണുങ്ങിയും ചിണുങ്ങിയും പുഴയൊഴുകുന്നു.
കൈതപൂത്ത കരയിലൂടെ
കടത്തുവള്ളക്കടവിലൂടെ
കാൽച്ചിലമ്പും കിലുക്കിയാ പുഴയൊഴുകുന്നു
കളകളം ചിരിതൂകി പുഴയൊഴുകുന്നു.
കടമ്പുകൾ പൂത്തുനില്ക്കും യമുനയായി
പ്രണയ മഴ പെയ്തൊഴുകും പ്രവാഹമായി
വിരഹദുഃഖ കണ്ണുനീരിന്നുറവയായി
സരയു വീണ്ടും നിറഞ്ഞിട്ടു പതഞ്ഞൊഴുകുന്നു.
നിളയുടെ കരയിലായ് ശാന്തികൊള്ളുന്നു
മലയാള മധുരമാമ്പഴക്കവിയൊരാള്
ചന്ദ്രഗിരിപ്പുഴയുടെ തെളിനീരിന്നലപോലെ
സ്വച്ഛന്ദം കവിത പാടിനടന്നൊരാള്.
പർവ്വതനിരയുടെ പനിനീരായി
പടിഞ്ഞാറോട്ടൊഴുകുന്ന പെരിയാറിൻ
കരയിലല്ലോ പിറന്നൊരാള്
അദ്വൈത മന്ത്രമോതിയ ശങ്കരാചാര്യർ.
അഗസ്ത്യ മുനി തപംചെയ്ത മലയിൽനിന്ന്
പിറവികൊണ്ട കമനീയ കരമനയാറ്
കരളിലൂറും കവിതപോലെ കബനിയാറ്.
കുമാരനാശാൻ കുടികൊള്ളും പല്ലനയാറ്
കുതിച്ചുചാടി പതഞ്ഞൊഴുകും കുന്തിയാറ്

തിരുമല ശിവൻകുട്ടി

തൂവെള്ളി ചിലമ്പണിഞ്ഞ തൂതയാറ്
കലികൊണ്ടാൽ കലങ്ങുന്ന കരിമ്പുഴയാറ്.
മാമാങ്കമാടിയ പുളിനമിന്നെങ്ങോ
തോണിയൊന്നിറക്കുവാൻ പുഴവെള്ളമെങ്ങോ?
നിളയുടെ വിരിമാറിൽ ചുരത്തുവാൻ പാലില്ല
പുഴകളോ കണ്ണീർ വറ്റിയ മിഴികൾ പോലെ.

ഈ വിഷഭൂമിയിൽ

കൊണ്ടുപോയ് കളയൂ ഈ ജീവച്ഛവത്തിനെ
കാണേണ്ടയെനിക്കീ വിരൂപത്തിനെ
വരരുചിയല്ല മൊഴിയുന്നത് സ്വന്തം
ചോരയിൽ ജനിച്ചൊരു കുഞ്ഞിൻ താതൻ.
നൊന്തുപെറ്റിട്ടേറെ നേരമായീല
മാറിടം ചുരത്തിയ പാലുമൂട്ടീല
കൊതിതീരുംവരെ കണ്ടുതീർന്നീല അതിനുമുമ്പാണീ
ക്രൂരവാക്കുകൾ
അമ്മതൻ നെഞ്ചകം പുകയുന്നു
കണ്ണുകൾ കലങ്ങി ചുവക്കുന്നു
നിങ്ങളൊരച്ഛനോ, കരളിൽ തീ-
ക്കൊള്ളിയാൽ കുത്തിനോവിക്കയോ
കല്ലുപോലുമലിയുന്ന ദുഃഖത്തിൻ
ഘനീഭവിച്ചോരന്തരീക്ഷം
ഇതുപോലെത്ര ജന്മങ്ങൾ കാണാ-
നറയ്ക്കും മനുഷ്യക്കോലങ്ങൾ
വിഷബീജം നിറഞ്ഞോരുമണ്ണിൽ
വേദനിപ്പിക്കുന്ന കാഴ്ചകളസഹ്യം
പ്രകൃതിയീ മണ്ണിലെ മനുഷ്യർക്കായ്
നിത്യമൊരുക്കുന്ന നിറവിഭവങ്ങൾ
ആർത്തിപൂണ്ട മാനുഷർ, ഭൂമിയെ
കാർന്നുതിന്നുന്നു ലാഭേച്ഛയാൽ
മണ്ണിനെ, മനസ്സിനെ മാനവകുലത്തിനെ

മലിനപ്പെടുത്തുന്നു സ്വാർത്ഥതയേറുന്നു.
ഭൂമിയെ കുഴിച്ചൊരു പാതാളമാക്കുന്നു
ഫ്ളാറ്റുകൾ തീർത്തതാ വിണ്ണിനെ പൂകുന്നു.
വിഷപൂരിതം മണ്ണും വിണ്ണും പ്രാണ–
വായുപോലും നാളെ നമുക്കായ്
വിലയ്ക്കുവാങ്ങണം, ആയുസ്സുതീരും
വരെ രോഗത്താൽ വലയേണം
പ്രകൃതിയെ സംരക്ഷിക്കുക, ഈ മണ്ണും വായുവും
ശുദ്ധമായ്, ജലത്തിനായ് പുഴകളും
അല്ലെങ്കിലീ മണ്ണിലെ വാഴ്വെത്ര ദുഃസ്സഹം
ചത്തുജീവിക്കലേക്കാൾ മരണമേകാമ്യം.

യുദ്ധഭൂമിയിൽനിന്നും

അണുബോംബിൻ തിരികത്തി
മനസ്സിനുള്ളിൽ പുകയുന്നു
ചിതറുന്ന തലച്ചോറിൻ തീരാത്ത
വ്യഥകളും കരൾ നോവും ദൃശ്യവും
നരമേധം നടക്കുന്ന ഗാസതൻ
ചോരവീണു ചോക്കുന്ന കടൽത്തീരത്തിൽ
അലറും തിരകളും ഭയംപൂണ്ട ജനതയും
പാലസ്തീൻ വിമോചന പോരാട്ടവും
ചരിത്രത്തിൻ മുറിവിൽ നിന്നിറ്റുവീഴും
ചോരത്തുള്ളികളിൽ ഗന്ധകം പുകയുമ്പോൾ
മാനവന്റെ സ്വപ്നമായ ഐക്യരാഷ്ട്രസഭയിന്ന്
മൗനവല്മീകത്തിലായുറങ്ങീടുന്നു.
കഴുകന്റെ കൂർത്തകൊക്കിൽ പിടയുന്ന
കപോതത്തിൻ മെയ് മുറിഞ്ഞു ചോരയിറ്റുന്നു.
ക്രൂരനിയമ പീഡനങ്ങൾ തടവറയ്ക്കുള്ളിൽ
തലതല്ലിയാർക്കുമ്പോൾ, ഇസ്രയേലിൻ
അധികാരക്കസേരകൾ വിറകൊള്ളട്ടേ,
മർത്ത്യമോചന ചിന്തകൾതൻ ചണ്ഡവാതത്തിൽ
പാരതന്ത്ര്യ കോട്ടകളിടിഞ്ഞുവീഴട്ടെ
അംഗഭംഗം വന്ന ജീവിതസംത്രാസങ്ങൾ
ചോരവാർന്നു മരിക്കുന്ന മനുഷ്യജന്മങ്ങൾ
മുറിവേറ്റ കുഞ്ഞുങ്ങൾ, അമ്മമാർ വീഴ്ത്തിടുന്ന
കണ്ണുനീരും ചോരച്ചാലും നിറഞ്ഞുചുറ്റും

തിരുമല ശിവൻകുട്ടി

വെടിയൊച്ചകൾ നിലയ്ക്കാത്ത ലബനോണിൽ
വിറകൊണ്ടു വിറളുന്ന ചാന്ദ്രതാരങ്ങൾ
കുതികൊള്ളും മിസൈലുകൾവീണ യുദ്ധഭൂമി
പുകഞ്ഞുകത്തിയൊരുപിടിച്ചാരമാകുമ്പോൾ
യുദ്ധനാശംകണ്ടു മടുത്തകണ്ണുകളാലിന്നും
യുദ്ധമിനിയും വേണ്ടായെന്നു മുറവിളിക്കുന്നു.
ലോകശാന്തി പുലരുവാൻ മനം കൊതിക്കുന്നു.

ഗാസായിലെ കരച്ചിൽ

ഇവിടുത്തെ കാറ്റിനോ ചോരമണം
ഇവിടുത്തെ മണ്ണിനോ ചോപ്പുനിറം
ഗന്ധകപ്പുകമണം മൂടിവാനം
നിലവിളി മുഴങ്ങും ചോരക്കളം
നിരാലംബ ബാല്യങ്ങൾ, വിധവകൾ
മണ്ണിന്റെ മക്കളീ യുദ്ധഭൂമിയിൽ
എല്ലാം ത്യജിച്ചു മരിച്ചുവീഴുമ്പോൾ
ഇല്ലേ! കാട്ടാള മുഷ്കുകൾക്കറുതി.
മാനവമോചന തത്ത്വശാസ്ത്രങ്ങളെ
വേരോടെ ചീന്തിയെറിയുവാനും
സാമ്രാജ്യത്വത്തിൻ ചൊല്പടികാക്കാനും
വേതാള നൃത്തമാടുന്ന കൂട്ടരെ!
നൊന്തുവീഴ്ത്തും കണ്ണുനീർ പ്രവാഹത്തിൽ
നിന്നുയിർക്കും അഗ്നിജ്വാലയാലെല്ലാം
വെന്തെരിഞ്ഞീടുമെന്നോർക്കുക, നിങ്ങൾ;
കാലം മറക്കുമോ യുദ്ധകുതന്ത്രം.
ഒന്നുമറിയാത്ത പിഞ്ചോമനകളെ
കൊന്നൊടുക്കുമീ കശാപ്പുശാലയിൽ
നിന്നുയിർക്കാതിരിക്കുമോ, നാളെ
ശക്തിവ്യാഘ്രങ്ങൾ പ്രതികാരം ചെയ്യുവാൻ
കത്തിച്ചതെത്ര ആതുരാലയങ്ങൾ
മുക്തിക്കായിരക്കും ദേവാലയങ്ങൾ
ബോംബേറിലും മിസൈലിലും പിടഞ്ഞ്

മരിച്ചതെത്ര നറും പുഞ്ചിരികൾ.
യുദ്ധമാണെല്ലാം നശിക്കുമീമണ്ണും
വിണ്ണും പുൽക്കൊടിത്തുമ്പും പുഴകളും
എന്നിനിയെത്തുവാൻ സമാധാനത്തിൻ
സന്ദേശവുമായൊരു വെൺകപോതം.

ലബനോൺ കത്തുമ്പോൾ

കരിശുരക്തം വീണുചുവന്നൊരു
ഇസ്രായേലിൻ മണ്ണിൽ
കൂട്ടനിലവിളിയുയരുകയല്ലോ
യുദ്ധക്കെടുതികളാൽ
ജൂതരക്തപ്രതികാരത്തിൻ
ചോരനാവുകളാൽ
അധികാരത്തിൻ പാറ്റൻ ടാങ്കുകൾ
ഇരച്ചുപായുകയാണെങ്ങും
വാനിലുയരും ഗന്ധകപ്പുകയിൽ
ചീറിപ്പായും മിസൈലുകളിൽ
വെടിയൊച്ചകളുടെ ഭീകരശബ്ദം
ലെബനോൺ കത്തിത്തീരുകയാണോ?
കിടക്കയിൽ നിന്നും
ഞെട്ടിയെണീറ്റവർ
ഉറക്കംകിട്ടാതുഴറുമ്പോൾ
മുറിവുകളേറ്റുമരിപ്പവർ ജീവച്ഛവമായ്
ഭൂമിയിലിനിയും വാഴ്‌വോർ
മരണം, തലയ്ക്കുമുകളിൽ ബോംബായ്
അശനിപാതംപോലെ
വീഴ്‌വത് കാത്തേ കഴിയുമ്പോൾ
ഭീതിതമല്ലോ മാനവജീവിതം
ഭീകരമല്ലോ പോരാട്ടങ്ങൾ
പാലസ്തീന്റെ വിമോചന സമര

തിരുമല ശിവൻകുട്ടി

പ്പോരാട്ടത്തിൻ ചരിത്രങ്ങൾ
യാസറരാഫത്തിൻ ധീര–
നേതൃത്വത്തിൻ പാഠങ്ങൾ
ഏരിയൽ ഷാരോണിന്റെ കിരാതഭരണം
സ്വാതന്ത്ര്യത്തിൻ പോരാളികളുടെ
മനക്കരുത്താൽ തകർത്തനാളുകൾ
ആവേശത്തിന്നാക്കം കൂട്ടുമ്പോൾ
കൂർത്തൊരു കൊക്കിൻ മർത്ത്യമാംസം
കോർത്തൊരു കഴുകൻ പാറുന്നു.
വെടിയേറ്റു രക്തം വാർന്ന കപോതം
പിടഞ്ഞുവീണു മരിക്കുന്നു.
കരഞ്ഞു കലങ്ങിയ കൺതടങ്ങൾ
മരണംകണ്ടു മടുത്ത മനസ്സുകൾ
ഇടനെഞ്ചുപിളർക്കും രോദനം
വെടിയൊച്ചകൾ മാത്രം കാതിൽ.

അങ്കക്കലി

കച്ചമുറുക്കിയുടുത്തു കൊണ്ടേ
കളരിത്തറയിൽ ഞാൻ നില്ക്കയാണ്
അങ്കക്കലിപൂണ്ട ചേകോനാണ്
ചുരികയും പരിചയും കൈയിലുണ്ട്
ചുവടുകൾ മാറ്റി ചവിട്ടിടല്ലേ
ചുരികമുറികൊണ്ടെറിഞ്ഞീടല്ലേ
പോരിൻ നിയമം മറന്നീടല്ലേ
അങ്കപ്പണം വയ്ക്കാൻ വന്നീടേണ്ട
കൂലിക്കുവെട്ടുവാൻ കിട്ടുകില്ല
പതിനെട്ടടവും പയറ്റി നില്ക്കും
പൂഴിക്കടകനും കാട്ടിനില്ക്കും
പടകാളി ദൈവങ്ങൾ കോപിച്ചോട്ടെ,
പട്ടും വളയുമെനിക്കുവേണ്ട,
വീരാളിപ്പട്ടിൽ പൊതിഞ്ഞുമേനി
പട്ടടയിൽ വയ്ക്കാനൊരുങ്ങിടേണ്ട
കൂലിപ്പടയാക്കി ചേകകോന്മാരെ
കുലത്തോടെ നിങ്ങൾ മുടിച്ചുമുന്നം
നാടുവാഴി മൊഴികേട്ടിടല്ലേ
നാലണയ്ക്കിന്നും പൊകലകിട്ടും
കോഴിയെപ്പോലിനി കൊത്തിച്ചാകാൻ
ഏഴകൾ ഞങ്ങളെ കിട്ടുകില്ല
പരദേവതമാരെ പഴിചാരി നിങ്ങൾ
പടുമരണങ്ങളെ സൃഷ്ടിക്കല്ലേ!

നമ്മളൊന്നാണ്

പുകയുന്നുകൺമുന്നിലൊരഗ്നിശൈലം
ഏതുനേരവും പൊട്ടിത്തകർന്നുപോകാം
അതിനുള്ളിൽ നിന്നൊഴുകുന്ന ചൂടു-
ലാവാ പ്രവാഹത്തിലെല്ലാമൊടുങ്ങാം.
ഒരമ്മപെറ്റമക്കളായ് വാണവർ ഞങ്ങൾ
വർഗ്ഗീയ വിഷം കുത്തിവയ്ക്കുന്നു നിങ്ങൾ
മതഭേദ ചിന്തകൾ, പൗരത്വ പ്രശ്നങ്ങൾ
ഭിന്നരാക്കുവാൻ അധികാരതന്ത്രങ്ങൾ
ഒരേജലം കുടിച്ചും ഒരേ വായു ശ്വസിച്ചും
ഒരേയാകാശം സ്വപ്നംകണ്ടുറങ്ങിയും
ഒരേമനസ്സായ് ഒരേ ജനുസ്സായ്
ഒരേ ലോക കൂടാരത്തിനുള്ളിൽ കഴിയേ,
ആരൊരാൾ ജലത്തിൽ നഞ്ചുകലക്കിയും
ആരൊരാൾ വായുവിൽ മതവിഷം പുകച്ചും
ആരൊരാൾ വിദ്വേഷത്തിൻ വിത്തുകൾ പാകിയും
ആരൊരാൾ നമ്മിൽ വിഭാഗീയത സൃഷ്ടിച്ചും
അധികാരക്കസേരകളുറപ്പിക്കാൻ, അതിനായ്
വോട്ടുബാങ്കുകൾ സൃഷ്ടിക്കാൻ ഭാതൃസ്നേഹത്തിൽ
കത്തിവയ്ക്കുവാൻ ഒരുമ്പെട്ടിവിടെ
നാനാത്വത്തിൽ ഏകഭാവം പുലർത്തുന്നു.
നമുക്കൊരേ സ്വപ്നം മാതൃസ്നേഹം പോൽ
ദേശസ്നേഹം, നമുക്കൊരേ മോഹം

ഏകോദരസോദരം പോൽ വാഴുവാൻ
സ്നേഹമെന്ന ഏകമതത്തിൽ വിശ്വസിക്കാൻ
പുകയുന്നുകൺമുന്നിലൊരഗ്നി ശൈലം
പൊട്ടാതെ കാക്കണം ദേശ സ്നേഹത്തിനാൽ
മാനവസ്നേഹത്തിൻ പൊൻ ശൃംഖലയൊന്നിൽ
ദൃഢമുള്ള കണ്ണികളായ് നാം അണിചേരണം.

തപസ്സ്

ചുറ്റിലും വേതാളങ്ങൾ മരണ-
നൃത്തം ചവിട്ടുമ്പോൾ
ഞാനെന്റെ മുറിയിലേകനായ്
തപസ്സിരിക്കുന്നു.
ലോകരക്ഷയ്ക്കായ്
അകലം പാലിക്കുമ്പോൾ
ഞാനറിയുന്നു, സ്നേഹത്തിൻ
നിലയില്ലാക്കയങ്ങൾ.
അണുവിമുക്തമാക്കുവാൻ
കൈകഴുകുന്ന നേരം
സ്പർശത്തിൻ ബന്ധം മുറിയുന്നു.
മുഖാവരണം കൊണ്ടുഞാൻ
മുഖം നിന്നിൽനിന്നും മറയ്ക്കുമ്പോൾ
അന്തർമ്മുഖനാകുന്നു, സ്വയം
വല്മീകത്തിലിരിക്കുന്നു.
അറിയുന്നു ഞാനിപ്പോൾ
അരികിലാരുമില്ലെന്ന്
ഞാനൊറ്റയാകുന്നു.
പിറവിയെടുത്തപ്പോഴും
വിടപറയുമ്പോഴും
കാപട്യങ്ങൾ,
സ്നേഹം മരിച്ച നിലങ്ങളിൽ
സ്വാർത്ഥത തേരോടിച്ചെത്തുന്നു.

തല്ക്കാലം വിജയിക്കുന്നു.
അരികിലോ,
മൃതിയുടെ കാലൊച്ചകൾ
പൂച്ചപോൽ പമ്മിയെത്തുന്നു.
നശ്വരമാത്രേ ജീവിതം
നരജന്മം സഫലമാക്കുവാൻ
തപം തുടരുന്നു.
നന്മകൾ പുലരുംവരേക്കും ഞാൻ!

തിരുമല ശിവൻകുട്ടി

ഭരണ മാമാങ്കം

അധികാരം കൊയ്തുനാം മുന്നേറി
ആഹ്ളാദ ശബ്ദം തിരതല്ലി
അടിയോനുമുടയോനുമില്ല മേലിൽ
അടിമുതൽ മുടിവരെ ഭരണമാറ്റം
ഭരണത്തിൻ പങ്കുനുണഞ്ഞുവാഴാൻ
അതുവരെ കാണാത്തോരൊത്തുകൂടി
ഇല്ലാത്ത നുണയും കൊതിയും പറഞ്ഞവർ
നേതാക്കളെത്തേടിയടുത്തുകൂടി
കൈമണി ചേങ്ങില ഇടത്താളം കൊട്ടി
ഇടയ്ക്കിടെ ഇങ്ക്വിലാബ് ഉറക്കെവിളിച്ച്
ഇടതടവില്ലാതടുത്തുകൂടി.
"അവതാരങ്ങളേ മാറി നില്ക്കൂ
അഴിമതിക്കാരേയകലെ നില്ക്കൂ"
ഇതുവരെ കാണാത്ത ഭരണമാർഗ്ഗം
കാഴ്ചവച്ചീടും മുഖ്യനോതി
അറിവില്ലാത്തോർക്കുമടിമകൾക്കും
അതുകേട്ടു ചോര തിളച്ചുവേഗം
അക്ഷരജ്ഞാനികളഹങ്കാരികൾ
ഒക്കെയുംകേട്ടു ചിരിച്ചുവുള്ളിൽ
കളിയെത്ര കണ്ടതീ കേരളീയർ
കൊടിവച്ച കാറുകൾ മുന്നിലൂടെ
ഇടവേളയില്ലാതൊഴുകിടുമ്പോൾ
ജനാധിപത്യത്തിൻ വിജയഘോഷം
ഭരണക്കസേരമാത്രം ലക്ഷ്യം.

അടുത്തൂൺ

സർവ്വീസുകാലത്തെ കവിതയ്ക്ക്
യൗവനത്തിളക്കമുണ്ടായിരുന്നു.
കാന്തിക ശക്തിയുണ്ടായിരുന്നു
പ്രണയരാഗമുണ്ടായിരുന്നു.
ഋതുകാലശോഭയുണ്ടായിരുന്നു
കവിളിൽ കാക്കപ്പുള്ളിയുള്ള
കണ്ണിൽ കുസൃതിയുള്ള
എസ്റ്റാബ്ലിഷ്മെന്റിലെ ശാന്തയെ-
ക്കുറിച്ചാണ് കവിതയെന്ന്
സഹജീവികളുടെ കണ്ടെത്തൽ.
ഇടവേളകളിൽ ചുണ്ടുകളിൽ
ശാന്ത മൂളിയിരുന്നത്
അറിഞ്ഞോ, അറിയാതെയോ
കവിയുടെ അനുരാഗ കവിതകളായിരുന്നു.
കാന്റീനിലെ സായാഹ്നങ്ങളിൽ
കവിയും കവിതയും ചർച്ചാവിഷയം
പൂച്ചക്കവിയുടെ കണ്ണടച്ചുപാൽകുടി
വിമർശനത്തിന്റെ കൂർത്തുമൂർത്തയമ്പുകൾ
കവിയെ വേട്ടയാടിയിരുന്നു.
കവിതകളിൽ വേണ്ടത് മുദ്രാവാക്യ
മുഴക്കങ്ങളാണ്.
പോരാട്ടപോർവിളികളാണ്.
ദാമ്പത്യകാലത്തെ കവിതകളിൽ

തിരുമല ശിവൻകുട്ടി

ജീവിതത്തിന്റെ ചൂടുണ്ടായിരുന്നു.
കണക്കുകളുടെ സങ്കലനവും
വ്യവകലനവും കാണാമായിരുന്നു.
കലഹത്തിന്റെ കലക്കമുണ്ടായിരുന്നു.
കണ്ണീരിന്റെയും പുഞ്ചിരിയുടെയും
സമ്മേളനമുണ്ടായിരുന്നു.
കുട്ടികളുടെ കലപിലയുണ്ടായിരുന്നു.
കളിചിരികളുണ്ടായിരുന്നു.
അടുത്തൂൺ കാലത്തെ കവിതയ്ക്ക്
സംയമനത്തിന്റെയും സഹിഷ്ണുതയുടെയും
സമവായത്തിന്റെയും ശക്തിക്ഷയമുണ്ട്.
കാലത്തിന്റെ ദൗത്യം
കവിതയുടെ പ്രയാണത്തിൽ
ജീവിതത്തിന്റെ കണക്കെടുപ്പുകാലം
കവിതയുടെ തല നരച്ചിരിക്കുന്നു
കവിൾത്തടങ്ങൾ കരിവാളിച്ചിരിക്കുന്നു.
വിതച്ചതിന്റെ ഫലം വിളവിൽ
കാണാമായിരുന്നു.
വിത്തിന്റെയും വളത്തിന്റെയും
മണ്ണിന്റെയും ഗുണമേന്മയിൽ
കവിതയുടെ കാന്തി മെച്ചപ്പെട്ടോ
ഇല്ലയോ, കാലം വിധിയെഴുതുന്നു.
കവിയിന്നും കവിതയെഴുതിക്കൊണ്ടേയിരിക്കുന്നു.
കവിയുടെ ജീവിതം സാഹിത്യലോകം
ചർച്ചകൾകൊണ്ടു കലുഷമാക്കുന്നു.
കവിയുടെ കവിതകൾകൊണ്ട്
കവിക്കോ, സമൂഹത്തിനോ എന്ത്
നേട്ടമാണുണ്ടായതെന്ന്
ഒടുവിൽ വൃദ്ധസദനത്തിൽ കവി
നെടുവീർപ്പിട്ടു കഴിയുമ്പോൾ
കവിതയല്ല ജീവിതമെന്നും
ജീവിതമാണ് ഇനിയുമെഴുതാത്ത
കവിതയെന്നും കവി തിരിച്ചറിഞ്ഞു.

വാർദ്ധകം

വടിയും കുത്തിപ്പിടിച്ചു
നടക്കാനേറുന്നു ക്ലേശം
വയസ്സായിട്ടില്ലെന്നത്രേ
മൊഴിയുന്നു മമ്മനം.
അണപ്പല്ലുകളൊന്നായ്
കൊഴിഞ്ഞുവീണുവെങ്കിലും
നുണയാറുണ്ടിപ്പോഴും
കാലത്തിൻ കളിയടയ്ക്കകൾ
മീശയേറെ നരച്ചല്ലോ
ആശിക്കുന്നുവോ യുവത്വം
വയസ്സായാലും അണ്ണാൻ
മറക്കുമോ മരക്കയറ്റം
കണ്ണിൽ അമാവാസി വാസം
കാതിൽ പെരുമ്പറ ശബ്ദം
ഉണ്ടെനിക്കെന്നാലുമിനി-
യൊരങ്കത്തിനുകൂടിബാല്യം
പണ്ടത്തെക്കളികളോർക്കേ,
പന്തും ഗോട്ടിയും കൊന്നിക്കാമ്പും
കളിക്കളത്തിലിപ്പോഴും
കിളികളായ് കളം കാക്കുന്നു.
എല്ലാം ഇന്നലെത്തെപ്പോലെ
കല്ലുനാട്ടിയ സ്മൃതികൾ
ഓർമ്മയിലിപ്പോഴും ബാല്യം
ഓമനേ, നീതന്ന മുത്തവും.

ദർശനം

ചിന്തകളെരിയും തീപ്പന്തം
നോവുകൾ കരിയും മനമോ, തീക്കുണ്ഡം
ആശയമരണിയിലഗ്നി പടർത്തും
ജീവിതമോ വിസ്മയ യജ്ഞകുടീരം
ഉപനയനത്തിനു പൂണൂൽ ചുറ്റാ-
നുരുക്കഴിച്ചൊരു ഗായത്രിയിലോ
പിഴവുകൾ വന്നുഭവിച്ചതുമൂലം
അകമിഴി നിറയെ തിമിരം
കോലായിലെഴുതിയ കോലം
കാലം തീർത്തോരലങ്കാരം
കാലം മാറിയതറിയാതിന്നും
കോലം മാറാ പേക്കോലങ്ങൾ
വർഗ്ഗം ചൊല്ലിയും വർണ്ണം കാട്ടിയും
ദുർഗ്ഗം പണിയാൻ വെമ്പുന്നിന്നും
കൂടാരങ്ങളിൽ ചേക്കേറുന്നൊരു
കൂകും കുയിലിനുമേക നിറം.
പാടം തോറും പാറിവരുന്നൊരു
പക്ഷിപ്പാട്ടിനുമേകസ്വരം
കൂട്ടം തെറ്റി പാറുന്നോർക്കോ, ചതിയുടെ
വേടൻ വീശും വലമാത്രം.
സ്വപ്നം വിടരും മിഴിയിൽ രോഷം
രാഗം ചൊരിയും ചൊടിയിൽ വിഷം
നിരർത്ഥ പദമായ്ത്തീർന്നു, സൗഹൃദം
കരളിൽ നിറവതു സ്നേഹകാകോളം.

കറുത്ത കൊടികൾ

വഴിവിളക്കുകൾ മിഴിയടയ്ക്കവേ,
ഇരുൾവീണു ചുറ്റും പരിചിത-
വഴിയെങ്കിൽപോലും പിഴയ്ക്കുന്നുയെന്റെ
കാൽവയ്പുകൾ, പതറുന്നു മനം.
പതിയിരുന്നാരോ പാവം സഖാവിനെ
ചതിച്ചുകൊന്നതിവിടെ വച്ചല്ലോ
മനസ്സിൽ ഭയത്തിന്റെ ഇടിവാളൊ-
ന്നാളിക്കത്തി ജ്വലിച്ചൂക്ഷണനേരം.
മനുഷ്യസ്നേഹത്തിന്റെ തെളിനീർപ്പുഴ-
പോലൊഴുകിയും സമൂഹസുഖ-
ദുഃഖങ്ങളിൽ പങ്കുകൊണ്ടെത്രനാൾ, നമ്മി-
ലൊരാളായ് ജീവിതം നയിച്ചയാൾ
മനുഷ്യമുക്തിക്കായ് പോർക്കളങ്ങളിൽ
പോരടിച്ച നാൾ മറക്കുമോ, കാലം
കുരുന്നുകുഞ്ഞിനുമരുന്നുവാങ്ങുവാ-
നങ്ങാടിയിൽ പോയ്മടങ്ങും നേരം
മണത്തറിഞ്ഞൂ രാഷ്ട്രീയ പ്രതിയോഗി
കഴുത്തറുക്കുവാൻ തുനിഞ്ഞിറങ്ങിപോൽ.
കൊടിയ പാതകം ചെയ്യാനുയർത്തിയ
കൈയിൽ കടിച്ചതില്ലയോ നാഗം.
കരുണയില്ലെന്നോ അയാൾക്കൊരല്പവും
കണ്ണിൽ രാഷ്ട്രീയാന്ധ്യം ഭവിച്ചുവോ?
മിഴിനീരുണങ്ങാതെ കഴിയുന്നിപ്പോഴും

തിരുമല ശിവൻകുട്ടി

സഖാവിന്റെ പത്നി വിരഹത്തീ-
യിലെരിഞ്ഞും ജീവിത വഴികളിൽ
ദുരിത ഭാണ്ഡം ചുമ്മാൻ വിധിച്ചും
മിഴികളിൽ കെട്ടവെളിച്ചം പുകയുന്നു
കരിംകൊടികളുയർത്തുന്നു ചുറ്റും
തകർത്തുവോഗ്രാമ സൗഹൃദം, രാഷ്ട്രീയ
വൈരംമൂലം, പൊലിഞ്ഞുവോ സ്നേഹം.

മരുഭൂമിയിലെ യാത്രികൻ

ഈ മണലാരണ്യത്തിൻ, വിജനവീഥിയിൽ
ഏകാന്തപഥികൻ ഞാനലയവേ
ദിക്കുകാട്ടാൻ പോലുമുദിച്ചുയർന്നീല
ഉഡുക്കളൊന്നുപോലുമീ വാനിൽ
ജീവിതവൃത്തിക്കായ് കടൽ കടന്നെത്തിയോൻ
കേവലം ദുരിതഭരിതമെൻ ജീവിതം.
അറബിനാടിനെക്കുറിച്ചെന്റെ സ്വപ്നങ്ങൾ
മുറിവേറ്റ ഹൃത്തിനെ നീറ്റുന്നനുക്ഷണം
കള്ളിമുൾച്ചെടികളിൽ പൂക്കൾ
വിടർന്നെങ്ങും പരക്കുന്നുഗന്ധം
മണൽപാമ്പുകളങ്ങിങ്ങിഴഞ്ഞും
ഇണചേർന്നുപുളഞ്ഞും കൺകളി-
ലിരുട്ടിന്റെ കരിമ്പടക്കെട്ടഴിഞ്ഞും
നിശയുടെ നിരാലംബയാമം കൊഴിയും
നാളെ പുലർച്ചയിൽ, കിഴക്കിൻ
ദിശയിൽ പെരുമീനുദിച്ചുയരും.
തെളിയും പുതുവഴി, ഇതുവഴി
മുൻപേ നടന്നവർതൻ കാൽവഴി
എരിവെയിലേറ്റുകരിയാതിത്തിരി
ഈന്തമരച്ചോട്ടിൻ തണൽ ലഭിക്കും.
ദാഹനീർ തേടിയൊരൊട്ടകം, കൂട്ടം
തെറ്റിയെന്നരികിലായെത്തിടും
അരികിലെങ്ങാനുമൊരാഴികാണും

അതെന്നാത്മാവ് പോലലയടിച്ചാർക്കും
അതിലൂടൊരു വഞ്ചിയോ, പത്തേമാരിയോ
അനുകമ്പപൂർവ്വമെന്നരികിലെത്തും
ഇതെല്ലാം വെറുമൊരു പാന്ഥന്റെ സ്വപ്നം
നിരാലംബ മനസ്സിന്റെ നിശ്വാസ മോഹം
വരളുന്ന തൊണ്ടയും തളരുന്ന ദേഹവും
ഈ മണൽ കാട്ടിലലയും പാന്ഥന്റെ
വിഫല സ്വപ്നങ്ങളോടൊപ്പം, ചൂടേറ്റു
ചുഴിയിട്ടുയരുന്ന മണൽക്കാറ്റിനൊപ്പം.

അനന്തമീ യാത്ര

എത്തിനില്ക്കുന്നു തീവണ്ടി സ്റ്റേഷനിൽ
ശക്തിയായി തുമിച്ചും ചുമച്ചും
ദീർഘനാളായി രോഗശയ്യയിൽ
ക്ഷയരോഗം ബാധിച്ച രോഗിപോൽ
ചോരഞരമ്പുകൾ പോൽ നീളത്തിൽ
പാളങ്ങൾ കിടക്കുന്നു നാലുപാടും
തെക്കും വടക്കും പോകേണ്ട തീവണ്ടി
പോർക്കുതിരപോൽ നിന്നു ചിനയ്ക്കുന്നു.
അക്കരെയിക്കരെയെത്തേണ്ട യാത്രികർ
മേല്പാലത്തിലായ് തിക്കിത്തിരക്കുന്നു.
ഞാനീ തീവണ്ടിമുറിയിലേകനായ്
പിന്നെയും യാത്ര തുടരുന്ന യാത്രികൻ.
ഇടയ്ക്കുകയറിയുമിറങ്ങിയും
ഒടുക്കംവരേക്കുമീ തുടർയാത്ര.
ജോലിസ്ഥലത്തേക്കോ, ആതുരാലയ-
ത്തിലേക്കോ, ബന്ധുഗൃഹത്തിലേക്കോ
വിനോദത്തിനോ എവിടേക്കീ യാത്ര
അറിയില്ലത്രേ, ജീവിതയാത്ര.
ഉദയമോ അസ്തമയമോ, കന്യാ-
കുമാരിക്കടൽക്കര കാഴ്ചയ്ക്കോ
കൈവീശി യാത്രയാക്കുന്നു ചിലർ
കണ്ണുനീരണിയുന്നു മറ്റുചിലർ.
ദീർഘ നിശ്വാസത്താലോടുന്നു തീവണ്ടി

കാലഘട്ടപ്പെരുവഴി താണ്ടുവാൻ
വീടണയുവാൻ കാത്തിരിപ്പിന്റേതാം
വീണുടയാത്ത പ്രതീക്ഷകളുള്ളവർ.
കൂരിരുട്ടിന്റെ തുരങ്കത്തിനുള്ളിലായ്
കൂകി വിളിച്ചുകൊണ്ടോടുന്നു തീവണ്ടി.
സഫലീകരിക്കാത്ത സ്വപ്നങ്ങളുമായ്
സമതലങ്ങളെ താണ്ടുന്നു തീവണ്ടി
സുഖദുഃഖ നിമ്നോന്നത വഴികളിൽ
കുതിച്ചും കിതച്ചും പായുന്നു തീവണ്ടി.

അമ്മത്തൊട്ടിൽ

ചോരക്കുഞ്ഞിൻക്കരച്ചിലെൻ കാതിലായ്
തിരയടിച്ചാർക്കുന്നു പിന്നെയും പിന്നെയും
ആരുപേക്ഷിച്ചു പോയതീക്കുഞ്ഞിനെ
അമ്മത്തൊട്ടിലിൽ ദയനീയമീക്കാഴ്ച
ആരിവൾ കുന്തിയോ, കന്യാഗർഭം പേറി
കർണ്ണനെ പെറ്റു പുഴയിലൊഴുക്കിയോൾ
നൊന്തുപെറ്റിട്ടും മനതില്ലാതെ മക്കളെ
പാതയോരത്തുപേക്ഷിക്കാൻ വിധിച്ചവൾ.
ആരിവൾ വരരുചിതൻ പത്നിയോ,
പന്ത്രണ്ടുമക്കളെ പെറ്റ പറയിയോ
അധർമ്മ യുദ്ധത്തിലമ്പേറ്റലസിയ
ഗർഭസ്ഥ ശിശുവിൻ മാതാവുത്തരയോ
മുനിയുടെ അവിഹിത ഗർഭം പേറി
പ്രസവിച്ചുപേക്ഷിച്ച മേനകയോ
ഇന്ദ്രപീഡയാൽ ശിലയായ് മാറിയ
ഗൗതമമുനി പത്നി അഹല്യയോ.
പെണ്ണായ് പിറന്നതിൻ പേരിലീമണ്ണിൽ
കണ്ണീർ കുടിക്കുവാൻ വിധിച്ചോരുനാരിയോ
എവിടെയോ കണ്ടുമറന്നതീ മുഖം
എവിടെയോ കേട്ടുപരിചിതമീ സ്വരം
പീഡിത സ്ത്രീത്വത്തിൻ നോവുകൾ തിന്നു
നഗരമറവിലായ് നാണം വില്ക്കുന്നവൾ
ആരിവൾ ആങ്ങളയില്ലാത്ത പെങ്ങളോ
ആൺതുണയില്ലാത്തൊരബലയോ?

അറവുമാട്

കറന്നെടുത്തു നീ അവസാനതുള്ളിയും
അറവുമാടായ് എന്നെ വില്ക്കുംവരെയും
വെള്ളം തളിച്ചും മുലക്കാമ്പിലെണ്ണയിട്ടും
അകിടിലിടിച്ചു കറന്നെടുക്കുന്നു നിർദ്ദയം
ഒരുപിടിപ്പുല്ലുപോലും തരാതെ
കാടിവെള്ളത്തിലല്പം പിണ്ണാക്കിടാതെ
ലാഭക്കൊതിമൂത്ത് കറന്നെടുത്തീടുന്നുവോ
വറ്റും കറവയാണെന്നതേതുമറിയാതെ
ഒടുവിലെന്നെയും വിറ്റിടും തെരുവു
കശാപ്പുകാരന്റെ വിൽക്കാശിനായ്
ഉണ്ണിക്കുപോലുമല്പം പാൽത്തുള്ളി, മുല-
ക്കണ്ണിലായ് ബാക്കി വയ്ക്കാതെ നിങ്ങൾ
കറുവ*ക്കണക്കിന് കറന്നെടുത്തീലേ
കെറുവുകാട്ടുന്നതെന്തിനു നീ വൃഥാ
ക്ഷീരമുള്ളോരകിടല്ലവേണ്ടതു നിനക്കെൻ
ചോരയിറ്റിടും പ്രാണനോടല്ലോ പ്രിയം.

* കറുവ – കന്നാസിന്റെ ഗ്രാമ്യഭാഷ

ദുർഗ്ഗ

രുധിരനാവും നീട്ടിനിന്ന്
ചടുലനൃത്തമാടു ദേവി
കുടലുമാല ചൂടിനിന്ന്
രൗദ്രഭാവം കാട്ടുദേവി
മുലപറിച്ച് വലിച്ചെറിഞ്ഞ്
മുതേവിതെയ്യമാടൂ
മുച്ചൂടുമെരിയട്ടേ, കുല
ദ്രോഹികൾ മുടിയട്ടേ,
ഒറ്റച്ചിലമ്പിട്ടു തുള്ളിനിന്ന്
മുടിയാട്ടുമാടു ദേവി
ഡമരുകൊട്ടിത്താളമിട്ട്
തകർത്താടുതട്ടകത്തിൽ.
ഇത് കെട്ടകഥ കെടുതികൾ
നൂറുമേനി വിളയും ലോകം
കൊടുംചതി കേളികൊട്ടി
കൊഴുക്കുന്നു തിരുവരങ്ങിൽ
ഇളംപെണ്ണിൻ മെയ്ച്ചൂടിൽ
ഇളവേല്ക്കും സത്രങ്ങൾ
രാത്രി തീർക്കും രാഗതാളം
നടനമാടും വേതാളം
മാറുചോർത്തി ചോരമോന്തും
കുറുനരികൾ വിളയാടും
സർപ്പഫണം ചീറ്റി നില്ക്കും

തിരുമല ശിവൻകുട്ടി

ദർപ്പനാടകമരങ്ങേറും
കണ്ണുനീരിൻ കടലുപെയ്യും
പെൺമനസ്സിന്നഭയമെങ്ങ്
പേടമാനിൻ ഇറച്ചിനുണയുവാൻ
കടുവനേത്രം തിളങ്ങുന്നു.
ഇതാസുരകാലം, ഇരുകാലികൾ
മേയും തൊഴുത്തീലോകം
നേരുകാക്കും തുറുകണ്ണിൽ
തൂവെളിച്ചം കെട്ടകാലം
ചുടലച്ചാരം വാരിപ്പൂശി
താണ്ഡവമാടൂ.. നിന്റെ
അഗ്നിനേത്ര ജ്വാലകളാൽ
സർവ്വം വെന്തെരിച്ചീടൂ.

തീർത്ഥാടന പുണ്യം നേടി

ശിവഗിരിക്കുന്നിലേക്കെത്തുന്നു വീണ്ടും
പീതാംബരധാരികൾ തീർത്ഥാടകർ
നാരായണ മന്ത്രം നാവാൽ ജപിച്ചവർ
നാനാവഴിയിലൂടെത്തുന്നു സവിധത്തിൽ
ഒരുജാതി ഒരുമതം ഒരുദൈവമെന്നോതിയ
ഗുരുനികിടത്തിലായെത്തുന്നു ഭക്തർ.
അദ്വൈതാമൃത രചനകളരുളി
വിദ്യുത് പ്രഭതൂകി നിന്നുദേവൻ
പൊരുളറിയാനുള്ള മർത്ത്യതൃഷ്ണയ്ക്ക്
അരുൾമൊഴിയേകിയ ദിവ്യയോഗി.
മതമേതായാലും മനുഷ്യന്റെ നന്മയ്ക്കായ്
ആത്മോപദേശ ശതകം നല്കി.
വിദ്യകൊണ്ടേവരും പ്രബുദ്ധരായീടുവാൻ
ആത്മവിദ്യാലയങ്ങൾ നീയൊരുക്കി
സംഘടിച്ചേവരും ശക്തരായ് തീരുവാൻ
സംഘബലത്തെ നീ കാട്ടിത്തന്നു.
ആത്മീയ ജ്യോതിസ്സേ, ആർഷഭാരത
ഭൂവിൽ ജനിച്ചോരു ഋഷിവര്യാ
അവിടുത്തെ ദർശനമാർഗ്ഗങ്ങൾ ഞങ്ങൾക്ക്
അവനിയിൽ വാഴുവാൻ ശക്തിനല്കി.
ഞങ്ങളിലില്ലല്ലോ മതഭേദചിന്തകൾ
ഞങ്ങളിലില്ലല്ലോ അസമത്വഭാവങ്ങൾ
കല്ലിലും മണ്ണിലും പൂവിലും പുഴയിലും

കാണിച്ചുതന്നു നീ സർവ്വശക്തിയെ.
പാപനാശത്തിലെ പാരാവാരവും
വാഴ്ത്തുന്നു നിന്റെ മഹിമകൾ പാടി
വാനിലെ താരാഗണങ്ങൾ നിൻ ചുറ്റിലും
ആവോളം പ്രഭതൂകി നിന്നിടുന്നു.
കാരുണ്യാമൃത തീർത്ഥം പകർന്നേകി
ഭക്തമാനസങ്ങൾക്കു നിർവൃതിയേകി
ശിവഗിരിക്കുന്നിലേക്കെത്തുന്നു ഞങ്ങൾ
അനുഗ്രഹമേകുക പുണ്യപ്രകാശമേ!

മകനോട്

മുഷ്ടിചുരുട്ടി പിറന്നുവീണു
മകനേ നീയീ മണ്ണിൽ
മരിക്കുവോളം സമരം ചെയ്യാൻ
പഠിച്ചിടേണം നീ.
ഇരുണ്ട ജീവിത വീഥികളിൽ നീ
വിളക്കായ് തെളിയേണം
അവശജനതയ്ക്കാശ്വാസത്തി-
ന്നടരാടേണം നീ.
അഷ്ടിക്കായ് സാധുജനങ്ങൾ
വിയർപ്പൊഴുക്കുമ്പോൾ
ഇഷ്ടംപോലെ സുഖിച്ചുനടപ്പൂ
കറുത്ത പണമുള്ളോർ
പട്ടിണി,രോഗം, തൊഴിലില്ലായ്മ
ഗ്രാമത്തിന്റെ ശാപങ്ങൾ
പദ്ധതി പലതുകഴിഞ്ഞെന്നാലും
പട്ടിക്കാടുകൾ ഗ്രാമങ്ങൾ
സത്യത്തിന്റെ വഴികളിലൂടെ
തപ്പിനടക്കും ഗ്രാമീണർ
നിത്യം ചതിയുടെ ചുഴികളിലായ്
മുങ്ങിത്താഴും പാവങ്ങൾ.
വഞ്ചനയുള്ളിലൊതുക്കി നഗരം
പുഞ്ചിരിതൂകുമ്പോൾ
സത്യത്തിന്റെ മുഖങ്ങൾ നിത്യം

തിരുമല ശിവൻകുട്ടി

പൊയ്മുഖമണിയുമ്പോൾ
അവകാശത്തിനുവേണ്ടി നാവുകൾ
ശബ്ദമുയർത്തുമ്പോൾ
അടിച്ചമർത്താൻ കറുത്ത പണക്കാർ
കൈകളുയർത്തുമ്പോൾ
സമരംചെയ്യാൻ മകനേ, നീയും
സ്വയം പഠിക്കേണം
കൈകളുയർത്തി, മുഷ്ടിചുരുട്ടി
പ്രതിഷേധിക്കേണം.

പട്ടിണിയുടെ പാട്ട്

ഞങ്ങൾ പട്ടിണിയുടെ പാട്ടുകാർ
ഒട്ടിയ വയർ മദ്ദളമാക്കി
വിശപ്പിൻ രാഗം മൂളി
ഞങ്ങൾ പാടും പാട്ടുകൾ കേട്ട്
പടപ്പാട്ടെന്നു പറയുവതാര്?
പട്ടുമെത്തയിൽ ശയിച്ച്
ലഹരിപാനീയം മോന്തി
കെട്ടാത്ത പെണ്ണിനോടൊട്ടി
പച്ച ജീവിതത്തെ പുച്ഛിക്കുന്നതാര്?
വറുതിയുടെ കനലാട്ടം കണ്ട്
പതിരുവിളയും പാടത്തേക്ക്
പാറിവരും കതിർക്കാണാക്കിളി
പാടിവരും ശോകരാഗം കേട്ട്
കൈവിരലാൽ താളമിടുന്നതാര്?

തിരുമല ശിവൻകുട്ടി

അഗ്നി പ്രളയം

ഉറക്കം കെടുത്തുന്നു നിന്റെ നാടകം
ഉറക്കം നടിക്കുവോരുണരുന്നതെങ്ങനെ
തെരുവാണുനിന്റെ രംഗശാല
ജീവിതമുണരുന്ന നാടകശാല
ചോരയൂറ്റുന്നു പിശാചുകൾ
ക്രൂരരാം നരാധമന്മാരൊത്തു
കൂടുന്നു, മാനവസ്നേഹസരിത്തിൽ
കാകോളം കലർത്തുന്നു.
ചെണ്ടയിൽ തിമിർക്കുന്ന താളം
പാണ്ടിയോ പഞ്ചാരിയോ
ശുദ്ധതാളത്തിന്റെ മേളപ്പെയ്ത്തോ
ക്രുദ്ധരായ് നില്ക്കുന്നോരുടെയാർപ്പോ
കലാകാരനില്ലല്ലോ മരണം
കലികൊള്ളുവോരോമരിക്കുന്നു നൂനം
കരളിലെ തീയായ് ജ്വലിക്കുന്നു
കലയുടെ കൈത്തിരി നാളം
തോക്കുകൾക്കാകില്ല ചുട്ടെരിക്കാൻ
വാക്കിൻക്ഷരമാകാ ശക്തിയെ
നോക്കിൽ പോലും കത്തിച്ചാരമാകും
നവരസസമ്മേളനം നാട്യം
അൻപുനിറഞ്ഞതാണാ മനം
ആർദ്രത കിനിയുന്നതാണ് ഭാവം
വെന്തെരിയും സർപ്പദർപ്പവും

നാടകശാലയായ് മാറുന്നുലോകം
തെരുവിൽ വീഴുന്ന നീതിതൻ ചോര-
ത്തിരയടിച്ചാർക്കുന്നു രുദ്ര സാഗരം.
തീക്കണം പോലതുകത്തിജ്ജ്വലി-
ച്ചഗ്നിപ്രളയമായ് മാറും നാളെ.

മൂക്ക്

ദുർഭരണത്തിന്റെ മൂക്ക് അരിഞ്ഞുവീഴ്ത്തുമ്പോൾ
സദസ്സിൽ ഹംസധ്വനിയുടെ പെയ്ത്തായിരുന്നു.
കാമാന്ധതയുടെ പ്രണയാഭ്യർത്ഥനയിൽ
മൂക്ക് അരിയുമ്പോഴും, പഞ്ചവടിയിൽ
കുയിലുകൾ പഞ്ചമം പാടുകയായിരുന്നു.
വിശ്വവിഖ്യാതമായ മൂക്കുമായ് കഥാകൃത്ത്
പ്രദർശനത്തിനെത്തിയപ്പോൾ
വിമർശനത്തിന്റെ അമ്പെയ്ത്തായിരുന്നു.
ഇത് മൂക്കല്ല, തുമ്പിക്കരമാണ്
റബ്ബറിന്റെ മൂക്കാണ് കളിമൂക്കാണ്
പ്ലാസ്റ്റിക് മൂക്കാണെന്ന് ആരും പറഞ്ഞില്ല
കാരണം, അന്നു പ്ലാസ്റ്റിക് കണ്ടുപിടിച്ചിരുന്നില്ല.
മൂക്കില്ലാ രാജ്യത്ത് മുറിമൂക്കൻ രാജാവെന്ന്
പറഞ്ഞതാരാ? കൂട്ടത്തിൽ നിന്നൊരു ചോദ്യം
അത് പഴഞ്ചൊല്ലാണെന്ന് കേട്ടുനിന്നവർ
പഴഞ്ചൊല്ലിലും പതിരില്ലെന്ന്
പഴമക്കാർ, കൂട്ടത്തിൽ പ്രതിപക്ഷവും.